സൃഷ്ടി സിദ്ധാന്തം

ഒരു

ശാസ്ത്ര സത്യം

EDITION 2

ചന്ദ്രൻ. പി

Malayalam Language

Srushti Sidhantham Oru Sasthra Sathyam

(Non fiction)

Chandran.P

First Printed Edition: November 2023

Second Printed Edition: January 2025

Made with ❤ on the Notion Press Platform

www.notionpress.com

ചന്ദ്രൻ. പി

1966 ജനുവരി 20 - ന് വയനാട്ടിൽ സുൽത്താൻ ബത്തേരിയിൽ പന്തലാനിക്കൽ കൃഷ്ണൻകുട്ടിയുടെയും തങ്കമ്മയുടെയും മകനായി ജനിച്ചു. അച്ഛൻ കൃഷിക്കാരനും അമ്മ വീട്ടമ്മയും ആയിരുന്നു. രണ്ടുപേരും ഇപ്പോൾ ജീവിച്ചിരിപ്പില്ല. സത്യസന്ധതയ്ക്ക് എന്റെ അച്ഛൻ എന്റെ നാട്ടിൽ അറിയപ്പെടുന്ന ആളായിരുന്നു. അച്ഛന്റെ സത്യസന്ധത എന്ന ഗുണം എനിക്കും കിട്ടി. അതാണ് അച്ഛനിൽ നിന്നും എനിക്ക് കിട്ടിയ ഏറ്റവും വലിയ സമ്പാദ്യം. പറയുന്നത് സത്യം ആയിരിക്കാൻ ഞാൻ എപ്പോഴും ശ്രദ്ധിക്കാറുണ്ട്. ഞാൻ ഒരു ചെറിയ കുട്ടിയായിരിക്കുമ്പോൾ അച്ഛന്റെ ഈശ്വര പ്രാർത്ഥന മൂലം അച്ഛന്റെ ജീവിതത്തിൽ നടന്ന ഒരു അത്ഭുത സംഭവത്തെ പറ്റി അച്ഛൻ എന്നെ പറഞ്ഞു കേൾപ്പിച്ചിട്ടുണ്ട്. അന്നുമുതൽ ഞാനൊരു തികഞ്ഞ ഈശ്വര ഭക്തനായി വളർന്നു.

BSc Physics - ന് വയനാട്ടിലെ സുൽത്താൻ ബത്തേരിയിലെ St.Mary's College - ൽ പഠിച്ചു. അതിനുശേഷം ചെന്നൈയിൽ പോയി Institution of Engineers നടത്തുന്ന AMIE(Electronics and Communication Engineering) പൂർത്തിയാക്കി. പഠിക്കുന്ന കാര്യങ്ങൾ ശരിയായി മനസ്സിലാക്കി പഠിക്കുക എന്റെ സ്വഭാവമായിരുന്നു. എന്റെ അഭിരുചിക്കനുസരിച്ചുള്ള കോഴ്സുകളാണ് ഞാൻ തിരഞ്ഞെടുത്തു പഠിച്ചത്. Technical

ജോലികൾ ചെയ്യുന്നതിൽ ജന്മസിദ്ധമായ അഭിരുചി എനിക്കുണ്ടായിരുന്നു.

AMIE ക്കുശേഷം രണ്ടുവർഷം Electronics Lecturer ആയി ജോലി നോക്കി. അതിനു ശേഷം R&D Engineer ആയി ജോലി നോക്കാൻ തുടങ്ങി. അഞ്ചു കമ്പനികളിൽ ജോലി ചെയ്തിട്ടുണ്ട്. അതിൽ Medical Equipments ഡെവലപ്പ് ചെയ്യുകയും നിർമ്മിക്കുകയും ചെയ്യുന്ന പോണ്ടിച്ചേരിയിൽ ഉള്ള Schiller Healthcare India Pvt.Ltd ഉം Automobile Parts കൾ ഡെവലപ്പ് ചെയ്യുകയും നിർമ്മിക്കുകയും ചെയ്യുന്ന തമിഴ്നാട്ടിലെ ഹോസൂരിൽ ഉള്ള TVS group കമ്പനിയായ INEL(India Nippon Electricals Ltd) ഉം ആണ് പ്രധാനപ്പെട്ട കമ്പനികൾ. എല്ലാ കമ്പനികളിലും Electronic Products ഡെവലപ്പ് ചെയ്യുന്ന ജോലിയാണ് പ്രധാനമായും ചെയ്തിട്ടുള്ളത്. Schiller ൽ ആയിരിക്കുമ്പോൾ ECG Machine, Treadmill test system, Pulse oxymeter, Defibrillator എന്നിവയാണ് പ്രധാനമായും ഡെവലപ്പ് ചെയ്ത മെഷീനുകൾ. Schiller ൽ AGM R&D ആയിട്ടാണ് ജോലിചെയ്തിരുന്നത്. Battery Charger, വിവിധതരം Sensor - ഉകൾ Power supply- കൾ Cluster -ഉകൾ എന്നിവയാണ് INEL-ൽ പ്രധാനമായും ഡെവലപ്പ് ചെയ്ത Product കൾ. INEL-ൽ, ഞാൻ Sr.Manager, Research and Development ആയി ജോലി ചെയ്തു. 58 - മത്തെ വയസ്സിൽ ഞാൻ INEL-ൽ നിന്ന് വിരമിച്ചു.

ഞാൻ കൈകാര്യം ചെയ്യുന്ന subject-ൽ എനിക്ക് indepth knowledge ഉണ്ട്. ഞാൻ ജോലി ചെയ്തിട്ടുള്ളിടത്തെല്ലാം ഒന്നാമൻ മാരിൽ ഒന്നാമനായി നിൽക്കാൻ എനിക്ക് സാധിച്ചിട്ടുണ്ട്. ശാസ്ത്രവും സാങ്കേതികവിദ്യയും എന്റെ നിത്യജീവിതത്തിന്റെ ഭാഗമാണ്. ഒരു ഡിസൈൻ എൻജിനീയർ ആയതിനുശേഷം ഈ പ്രപഞ്ചത്തിൽ ഉള്ളതെല്ലാം ഓരോ ഡിസൈൻ ആണെന്നും ഒരു ഡിസൈൻ തനിയെ ഉണ്ടായിത്തീരുകയില്ലെന്നും ഞാൻ മനസ്സിലാക്കി. ജീവികൾ തമ്മിലുള്ള പരസ്പര സാദൃശ്യത്തെ മാത്രം അടിസ്ഥാനമാക്കി ശാസ്ത്രീയമായ യാതൊരു തെളിവുകളും ഇല്ലെങ്കിലും

ശാസ്ത്രത്തിന്റെ പേരിൽ പ്രചരിപ്പിക്കപ്പെടുന്ന പരിണാമ സിദ്ധാന്തം ഒരു വിഡ്ഢിത്തം ആണെന്ന് ഞാൻ പറയാൻ തുടങ്ങിയിട്ട് 20 വർഷത്തിലേറെയായി. പരിണാമ സിദ്ധാന്തത്തെ വിമർശിച്ചുകൊണ്ട് ഞാൻ എഴുതിയ ഒരു കത്ത് കേരള ശാസ്ത്ര സാഹിത്യ പരിഷത്ത് പ്രസിദ്ധീകരിക്കുന്ന ശാസ്ത്രഗതി മാസികയിൽ 2012 ജൂണിൽ പ്രസിദ്ധീകരിച്ചിട്ടുണ്ട്. കഴിഞ്ഞ 20 വർഷങ്ങളിൽ ഞാൻ ചർച്ച ചെയ്തവരിൽ നിന്നും അനുകൂലിച്ചും പ്രതികൂലിച്ചും ഉള്ള പലതരത്തിലുള്ള പ്രതികരണങ്ങൾ ഉണ്ടായിട്ടുണ്ട്. ഒന്നര നൂറ്റാണ്ടോളമായി ശാസ്ത്രലോകം അംഗീകരിച്ച പരിണാമ സിദ്ധാന്തം തെറ്റാണെന്ന് പറയുന്നതിൽ എന്തർത്ഥമാണുള്ളതെന്ന് ചോദിച്ചവരും ഉണ്ട്. പരിണാമത്തെ പറ്റിയും സൃഷ്ടിവാദത്തെ പറ്റിയും ഞാൻ എഴുതിയതു വായിച്ച എന്റെ ഒരു അടുത്ത ബന്ധു ആദ്യമാദ്യം എന്നോട് ഒരുപാട് തർക്കിച്ചിട്ടുണ്ടെങ്കിലും പിന്നീട് അത് പൂർണ്ണമായും ഉൾക്കൊള്ളുകയും പകുതി ദൈവവിശ്വാസി ആയിരുന്ന അദ്ദേഹം മുഴുവൻ ദൈവവിശ്വാസിയായി മാറുകയും ആത്മീയമായ ജീവിതം നയിക്കാൻ തുടങ്ങുകയും ചെയ്ത മറക്കാനാവാത്ത ഒരനുഭവവും എനിക്കുണ്ടായിട്ടുണ്ട്.

ഈ പുസ്തകത്തിൻറെ first edition 2023 November-ൽ പ്രസിദ്ധീകരിച്ചു. ഇതു second edition ആണ്. ഇതിൽ chapter 6-ഉം 7-ഉം 11-ഉം ആണ് പ്രധാനമായും പരിഷ്കരിച്ചിരിക്കുന്നത്.

ഇപ്പോൾ തമിഴ് നാട്ടിൽ ഉള്ള ഹൊസൂരിൽ ഭാര്യയോടും രണ്ട് ആൺമക്കളോടും കൂടി ജീവിക്കുന്നു. ഭാര്യ ഹൈസ്കൂൾ അധ്യാപികയായും മൂത്തമകൻ BCom-നു ശേഷം ഒരു കമ്പ്യൂട്ടർ സെന്ററിൽ അദ്ധ്യാപകനായും ഇളയ മകൻ BE(EEE)ക്ക് പഠിച്ചുകൊണ്ടിരിക്കുകയും ചെയ്യുന്നു.

CHANDRAN.P

46/14, 4th Cross, 4th Main, Manjushree Nagar 2nd Phase,

Near TVS Nagar, Hosur, Tamilnadu- 635 110

Email: chandranpdy@yahoo.co.in

സമർപ്പണം

എന്നെ ഈശ്വര വിശ്വാസിയായി വളർത്തുകയും
അഭിരുചിക്കനുസരിച്ചു പഠിപ്പിക്കുകയും ചെയ്ത എന്റെ
അച്ഛനും അമ്മയ്ക്കും ഞാൻ ഈ പുസ്തകം
സ്നേഹപൂർവം സമർപ്പിക്കുന്നു.

അവതാരിക

പരിണാമ സിദ്ധാന്തവും

സൃഷ്ടി സിദ്ധാന്തവും

ഭൂമിയിൽ ജീവൻ എങ്ങനെയുണ്ടായി എന്നതിനെപ്പറ്റി രണ്ടു സിദ്ധാന്തങ്ങളാണ് നിലവിലുള്ളത്. പരിണാമ സിദ്ധാന്തവും സൃഷ്ടി സിദ്ധാന്തവും ആണവ. ഒരു പൊതു പൂർവികനിന്നും പരിണമിച്ചാണ് എല്ലാ ജീവികളും ഉണ്ടായത് എന്ന് പരിണാമ സിദ്ധാന്തവും എല്ലാത്തിനെയും സൃഷ്ടിച്ചത് ദൈവമാണെന്ന് സൃഷ്ടി സിദ്ധാന്തവും പറയുന്നു. പത്താം ക്ളാസിലെ പാഠപുസ്തകത്തിൽ നിന്നാണ് ഡാർവിൻറെ പരിണാമ സിദ്ധാന്തത്തെപ്പറ്റി ആദ്യമായി മനസ്സിലാക്കുന്നത്. പിന്നീട് കേരള ശാസ്ത്രസാഹിത്യ പരിഷത്തിൻറെ ശാസ്ത്രഗതി, ശാസ്ത്രകേരളം എന്നീ മാസികകളിൽ നിന്നും പിന്നെ internet ൽ നിന്നുമാണ് പരിണാമ സിദ്ധാന്തത്തെപ്പറ്റി കൂടുതലായി മനസ്സിലാക്കുന്നത്. ഒറ്റനോട്ടത്തിൽ ശരിയെന്ന് തോന്നുന്ന പരിണാമ സിദ്ധാന്തത്തിലെ ആശയങ്ങൾ ശരിയെന്ന് ആദ്യമാദ്യം ഞാൻ വിശ്വസിച്ചിരുന്നു. ഇപ്പോൾ ഞാൻ 30 വർഷം experience ഉള്ള ഒരു Design engineer ആണ്. Design engineer ആയതിനു ശേഷമാണ് പരിണാമവാദം തെറ്റാണെന്നും സൃഷ്ടി വാദമാണ് ശരിയെന്നും മനസ്സിലാക്കിയത്.

ജീവജാലങ്ങൾ അടക്കം ഈ പ്രപഞ്ചത്തെ മുഴുവനും സൃഷ്ടിച്ചത് ദൈവമാണെന്ന് physics ഉം Mathematics ഉം പരീക്ഷണ തെളിവുകളും ഉപയോഗിച്ച് ശാസ്ത്രീയമായിട്ടാണ് ഈ പുസ്തകത്തിൽ തെളിയിച്ചിരിക്കുന്നത്. ജീവികൾ

തമ്മിലുള്ള സാദൃശ്യത്തെ അടിസ്ഥാനമാക്കിയുള്ള അനുമാനങ്ങൾ മാത്രമാണ് പരിണാമ സിദ്ധാന്തത്തിൽ ഉള്ളത്. ശാസ്ത്രീയമായ യാതൊരു തെളിവുകളും ഇല്ലാത്ത പരിണാമ സിദ്ധാന്തം നൂറു ശതമാനവും തെറ്റാണ്.

ഈ പുസ്തകത്തിൽ ഉപയോഗിച്ചിരിക്കുന്ന "ദൈവം" എന്ന വാക്ക് എല്ലാ ജാതി മതങ്ങൾക്കും common ആയതിനാൽ ജാതി മത വ്യത്യാസം ഇല്ലാത്ത പുസ്തകമാണിത്.

ഉള്ളടക്കം

1.ആമുഖം

നൂറ്റാണ്ടുകളായി, മനുഷ്യരാശിയുടെ ഏറ്റവും ഗഹനമായ ചോദ്യങ്ങളിൽ ഒന്ന് അസ്തിത്വത്തിന്റെ നിഗൂഢതയെ ചുറ്റിപ്പറ്റിയാണ്. നമ്മൾ എവിടെ നിന്നാണ് വന്നത്, ജീവൻ എങ്ങനെയാണു ഉണ്ടായത് എന്നതിനെപറ്റി ഒക്കെയുള്ള ഉത്തരം ശാസ്ത്രജ്ഞരും തത്ത്വചിന്തകരും വളരെക്കാലമായി തേടിക്കൊണ്ടിരിക്കുന്നു.

പരിണാമ സിദ്ധാന്തവും സൃഷ്ടി സിദ്ധാന്തവും ആണ് ഭൂമിയിൽ ജീവൻ എങ്ങനെയുണ്ടായി എന്നതിനെപ്പറ്റി നിലവിലുള്ള രണ്ടു സിദ്ധാന്തങ്ങൾ. ഒരു പൊതു പൂർവികനിന്നും പരിണമിച്ചാണ് എല്ലാ ജീവികളും ഉണ്ടായത് എന്ന് പരിണാമ സിദ്ധാന്തവും ദൈവമാണ് എല്ലാത്തിനെയും സൃഷ്ടിച്ചത് എന്ന് സൃഷ്ടി സിദ്ധാന്തവും പറയുന്നു.

എല്ലാവരുടെയും ദൈവവിശ്വാസം അവരവർ വിശ്വസിക്കുന്ന മതത്തിനെ അടിസ്ഥാനമാക്കി ഉള്ളതാണ്. ഒരു വിശ്വാസം എന്നതിൽ കവിഞ്ഞ് ദൈവം ഉണ്ടെന്നുള്ളതിന് യാതൊരു തെളിവുകളും ഇല്ല.

എന്നാൽ ദൈവം ഉണ്ടെന്നും പ്രകൃതിയിൽ ഉള്ളതെല്ലാം ദൈവത്തിന്റെ സൃഷ്ടിയാണെന്നും ശാസ്ത്രീയമായി തെളിയിക്കുക സാധ്യമാണ്. അതിനുള്ള തെളിവുകളാണ് Mathematics ഉം Physiscs ഉം പരീക്ഷണ തെളിവുകളും ഉപയോഗിച്ച് ശാസ്ത്രീയമായി ഈ പുസ്തകത്തിൽ ആർക്കും മനസ്സിലാകുന്ന ലളിതമായ ഉദാഹരണത്തിലൂടെ വിശദീകരിക്കുന്നത്. മതങ്ങളിലുള്ള യാതൊരു ആശയങ്ങളെയും ഈ പുസ്തകത്തിൽ ഉപയോഗിക്കുന്നില്ല.

അതായത്, ദൈവം ഉണ്ടെന്നും ദൈവമാണ് ജീവജാലങ്ങളെ അടക്കം ഈ പ്രപഞ്ചത്തെ മുഴുവനും സൃഷ്ടിച്ചത് എന്നതിനുമുള്ള ശാസ്ത്രീയമായ തെളിവുകളാണ് ഈ പുസ്തകത്തിൽ ഉള്ളത്.

ഈ പുസ്തകത്തിൽ, ഉപയോഗിച്ചിരിക്കുന്ന "ഡിസൈൻ" എന്ന പദം ഡിസൈൻ ചെയ്യപ്പെട്ടത് അല്ലെങ്കിൽ സൃഷ്ടിക്കപ്പെട്ടത് എന്ന അർത്ഥത്തിലാണ് ലാളിത്യത്തിനു വേണ്ടി ഉപയോഗിച്ചിരിക്കുന്നത്.

2. പരിണാമ സിദ്ധാന്തം എന്ന ശാസ്ത്ര വിസ്‌മിതം

ഏറ്റവും ആദ്യം സമുദ്രത്തിൽ ഒരു ഏകകോശ ജീവി ഉണ്ടായെന്നും അതു പരിണമിച്ചാണ് മറ്റെല്ലാ ജീവജാലങ്ങളും ഉണ്ടായത് എന്നുമാണ് പരിണാമ സിദ്ധാന്തം പറയുന്നത്. ജീവികൾ തമ്മിൽ സാദൃശ്യം ഉണ്ടെന്നുള്ള നിരീക്ഷണത്തിൽ നിന്നാണ് ഡാർവിൻ പരിണാമ സിദ്ധാന്തത്തിന് രൂപം കൊടുത്തത്. മീനുകൾ തമ്മിലുള്ള സാദൃശ്യം കണ്ടിട്ട് ഒരു മീൻ പരിണമിച്ചാണ് മറ്റു മീനുകൾ ഉണ്ടായതെന്നും, കുരങ്ങും മനുഷ്യനും തമ്മിലുള്ള സാദൃശ്യം കണ്ടിട്ട് കുരങ്ങ് പരിണമിച്ചാണ് മനുഷ്യൻ ഉണ്ടായതെന്നും ഡാർവിൻ പറഞ്ഞു വച്ചു. 160 കൊല്ലങ്ങൾക്കു മുമ്പ് ഡാർവിൻ പറഞ്ഞ മഹാ വിസ്‌മിതത്തെ ഇന്നും ശാസ്ത്രലോകം ഏറ്റുപാടിക്കൊണ്ടിരിക്കുന്നു.

ഒരു ജീവിയുമായി കൂടുതൽ സാദൃശ്യമുള്ള മറ്റൊരു ജീവിയുടെ ഫോസിൽ കണ്ടു കിട്ടുമ്പോൾ അത് പരിണാമത്തിൻറെ തെളിവായി ശാസ്ത്രലോകം കൊട്ടിഘോഷിക്കുന്നു. ഫോസിൽ പഠനം കൂടാതെ Molecular Biology, Genetical Science, morphological analysis എന്നിവയേയും പരിണാമ

വാദികൾ ഉപയോഗിക്കുന്നുണ്ട്. ജീവികൾ തമ്മിൽ പ്രത്യക്ഷത്തിൽ ഉള്ള സാദൃശ്യത്തിനു പുറമേ കോശാന്തര ഘടനയിലുള്ള സാദൃശ്യത്തെ (DNA, RNA, Amino Acid-ഉകൾ എന്നിങ്ങനെ) അടിസ്ഥാനമാക്കിയാണ് ഇവർ പരിണാമ സിദ്ധാന്തം ശരിയെന്നു തെളിയിക്കാൻ ശ്രമിക്കുന്നത്.

ലോകം കണ്ട ഏറ്റവും വലിയ ശാസ്ത്ര വിസ്മിത്തങ്ങളിൽ ഒന്നാണ് പരിണാമ സിദ്ധാന്തം. പ്രകൃതിയുടെ സൃഷ്ടികളിലെവിടെയും (ജീവനുള്ളതും ഇല്ലാത്തതുമായ എല്ലാത്തിലും) ഒരു നിശ്ചിതമായ pattern- ഉം സാദൃശ്യവും കണ്ടെത്താവുന്നതാണ്. അത് ഈ പ്രപഞ്ചത്തിന്റെ സ്വഭാവമാണ്. ഒന്നിനു മറ്റൊന്നുമായുള്ള സാദൃശ്യം ഒന്ന് മറ്റൊന്നായി മാറി എന്നതിന് തെളിവല്ല. ഉദാഹരണത്തിന്, Periodic table തന്നെ എടുക്കാം. ഒരു പ്രോട്ടോണും ഒരു ഇലക്ട്രോണും ഉള്ള ഹൈഡ്രജൻ ആറ്റം ആണ് ആദ്യത്തെ ആറ്റം. രണ്ടു പ്രോട്ടോണും രണ്ട് ഇലക്ട്രോണും രണ്ട് ന്യൂട്രോണും ഉള്ള അടുത്ത ആറ്റം ആണ് ഹീലിയം. അങ്ങനെ പീരിയോഡിക് ടേബിളിൽ പ്രോട്ടോൺ, ഇലക്ട്രോൺ, ന്യൂട്രോൺ എന്നിവയുടെ എണ്ണം 1, 2, 3, 4, എന്നിങ്ങനെ ഒരു നിശ്ചിത pattern-ൽ കൂടിക്കൂടി വന്ന് 118-ഓളം elements ഉണ്ടായി തീർന്നിരിക്കുന്നു.

ആറ്റങ്ങൾ തമ്മിലുള്ള സാദൃശ്യം കണ്ടിട്ട്, ഹൈഡ്രജൻ പരിണമിച്ച് അടുത്ത ആറ്റമായ ഹീലിയം ഉണ്ടായെന്നും ഹീലിയം പരിണമിച്ച് അടുത്ത ആറ്റം ആയ ലിഥിയം ഉണ്ടായെന്നും അങ്ങനെ പരിണാമ പ്രക്രിയയിലൂടെ യാണ് മറ്റെല്ലാ Elements ഉം ഉണ്ടായതെന്നും പറയുന്നതുപോലുള്ള ഒരു മഹാ വിഡ്ഢിത്തമാണ് ജീവികൾ തമ്മിലുള്ള പരസ്പര സാദൃശ്യത്തെ അടിസ്ഥാനമാക്കി ഒരു ജീവി തനിയെ പരിണമിച്ച് മറ്റു ജീവികൾ ഉണ്ടയെന്ന് പറയുന്നത്.

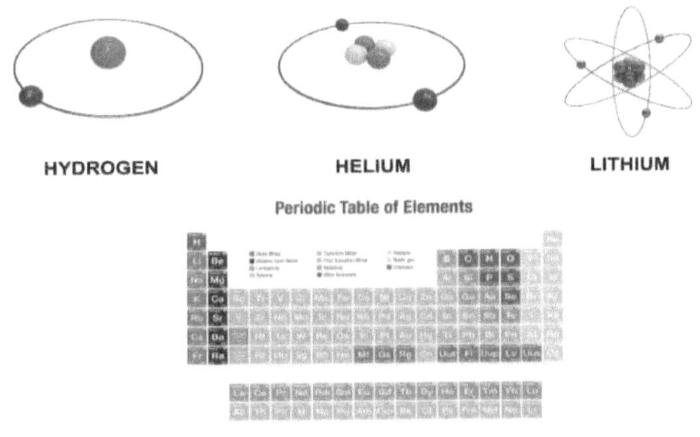

അല്ല, ഒരു ജീവി പരിണമിച്ച് മറ്റൊരു ജീവി ഉണ്ടായെന്ന് ഇരിക്കട്ടെ, അപ്പോൾ കണ്ടു മുട്ടാൻ സാധ്യമായ ദൂരത്തിൽ എതിർലിംഗത്തിലുള്ള ജീവിയും പരിണമിച്ചുണ്ടാകേണ്ടതുണ്ട്. അല്ലെങ്കിൽ ആ ജീവിയുടെ വംശം നിലനിൽക്കില്ല. ഒരേസമയത്ത് ഒരേ സ്ഥലത്ത് എതിർലിംഗത്തിൽ ഉള്ള ജീവികൾ ഉണ്ടായത് എന്തു തരം പരിണാമ പ്രക്രിയയിലൂടെ ആണന്ന് പരിണാമ വാദികൾക്ക് വിശദീകരിക്കാമോ?

അതുപോലെ, പൂമ്പാറ്റകളെ ഉപയോഗിച്ച് പരാഗണം നടത്തുന്ന പൂച്ചെടികൾ ഉണ്ട്. പൂമ്പാറ്റകളും പൂച്ചെടികളും ഒരേ സ്ഥലത്ത് ഒരേസമയത്ത് ഉണ്ടായത് എങ്ങനെയാണെന്നും പരിണാമ വാദികൾക്ക് വിശദീകരിക്കാമോ?

ഈ ലേഖകനും ഒരിക്കൽ പരിണാമവാദി ആയിരുന്നു. നമുക്ക് അറിയാൻ പാടില്ലാത്ത കാര്യങ്ങളെ വിശദീകരിക്കാനായി ദൈവ വിശ്വാസത്തെ ഉപയോഗിക്കാൻ പാടില്ലെന്ന് പറഞ്ഞ് സൃഷ്ടി വാദത്തെ ശക്തിയുക്തം ഈ ലേഖകൻ എതിർക്കുമായിരുന്നു. പ്രപഞ്ചത്തിലുള്ള സകലതും (മൗലിക കണങ്ങളും ആറ്റങ്ങളും മോളിക്യൂൾസും അടക്കം പ്രപഞ്ചത്തിൽ ഉള്ളതെല്ലാം) അത്യത്ഭുതകരമായ ഡിസൈൻ ആണെന്നും ഒരു ഡിസൈൻ തനിയെ ഉണ്ടായിത്തീരില്ല എന്നും മനസിലായപ്പോഴാണ് പരിണാമ വാദി ആയിരുന്ന ഈ ലേഖകൻ സൃഷ്ടി വാദിയായി മാറിയത്.

2.എന്താണ് ഡിസൈൻ?

ഒരു നിശ്ചിത രൂപം ഉള്ളതോ ഒരു ഒരു നിശ്ചിത രീതിയിൽ പ്രവർത്തിക്കാൻ കഴിവുള്ളതോ അല്ലെങ്കിൽ രണ്ടുംകൂടി ഉള്ളതോ പുനർനിർമ്മിക്കാൻ സാധിക്കുന്നതുമായ എന്തിനേയും, അല്ലെങ്കിൽ ഒരു പ്രത്യേക ഉദ്ദേശ്യത്തോടെ സൃഷ്ടിക്കപ്പെട്ടിരിക്കുന്നതായ എന്തിനേയും ഒരു ഡിസൈൻ ആണെന്ന് പറയാവുന്നതാണ്.

ഒരു നേർരേഖയെ (straight Line) ഏറ്റവും ലഘുവായ ഒരു ഡിസൈനായി കണക്കാക്കാം. ഒരു പത്തോ ഇരുപതോ മുത്തുമണികളെ ഒരിടത്ത് കൂട്ടിയിട്ടാൽ അത് ഒരിക്കലും തനിയെ ഒരു നേർ രേഖയിൽ വന്നു നിൽക്കുകയില്ല. എങ്കിലും മുത്തുമണികൾ കൊണ്ടുണ്ടാകുന്ന രൂപങ്ങളിൽ തനിയെ

മാറ്റങ്ങൾ വന്നുകൊണ്ടിരിക്കും. ഇങ്ങനെ തനിയെ ഉണ്ടാകുന്ന മാറ്റങ്ങൾ അനിയന്ത്രിതമായ മാറ്റങ്ങൾ(uncontrolled changes or random changes) ആയിരിക്കും. അനിയന്ത്രിതമായ മാറ്റത്തിലൂടെ ഒരിക്കലും ഒരു ഡിസൈൻ ഉണ്ടായിത്തീരുകയില്ല.

മുത്തുമണികളെ ഒരു മനുഷ്യൻ പെറുക്കി അടുക്കിയാൽ മാത്രമേ അതിനു നേർ രേഖയിൽ ക്രമീകരിക്കപെടാൻ സാധിക്കുകയയുള്ളൂ. അതായത് ഒരു ബുദ്ധി ശക്തി പ്രവർത്തിച്ചാൽ മാത്രമേ ഒരു നേർ രേഖ അതായത് ഒരു ഡിസൈൻ ഉണ്ടായിത്തീരുകയുള്ളൂ. Probability തിയറി ഉപയോഗിച്ചും ഫിസിക്സിലെ entropy എന്ന കൺസെപ്റ്റ് ഉപയോഗിച്ചും ഇത് തെളിയിക്കാവുന്നതാണ്.

4. സൃഷ്ടി സിദ്ധാന്തം: ശാസ്ത്രീയമായ തെളിവ്

4.1 പ്രോബബിലിറ്റി (Probability)

ഒരു സംഭവം സംഭവിക്കാനുള്ള സാധ്യതയെ ആണ് പ്രോബബിലിറ്റി എന്ന് പറയുന്നത്. ഒരു നാണയം toss ചെയ്യുന്നത് ഉദാഹരണമായി എടുക്കാം. ഒരു സമയത്ത് tail അല്ലെങ്കിൽ head മാത്രമേ വീഴുകയുള്ളൂ. ഇവിടെ അനുകൂലമായ സംഭവങ്ങളുടെ എണ്ണം 1-ഉം മൊത്തത്തിലുള്ള സാധ്യത 2-ഉം ആണ്. അനുകൂലമായ സംഭവങ്ങളുടെ എണ്ണത്തെ മൊത്തം സംഭവങ്ങളുടെ (മൊത്തം സാധ്യത) എണ്ണം കൊണ്ട് divide ചെയ്താൽ അനുകൂലമായ സംഭവത്തിൻറെ പ്രോബബിലിറ്റി കിട്ടും.

tail കിട്ടാനുള്ള പ്രോബബിലിറ്റി =

അനുകൂലമായ സംഭവങ്ങളുടെ എണ്ണം ÷ ആകെ സംഭവങ്ങളുടെ എണ്ണം

= 1/2 = 50%

പകിട ഉരുട്ടുന്നതിനെ വേറൊരു ഉദാഹരണമായി എടുക്കാം. പകിടയിൽ 6 face ആണുള്ളത്. ഒന്നുമുതൽ ആറു വരെയുള്ള നമ്പറുകൾ ഓരോ face-ലും എഴുതിയിട്ടുണ്ടാകും.

പകിട ഉരുട്ടുമ്പോൾ ഒന്നുമുതൽ ആറു വരെയുള്ള നമ്പറുകളിൽ ഏതു വേണമെങ്കിലും മുകളിൽ വരാം. എങ്കിലും ഒരു സമയത്ത് ഏതെങ്കിലും ഒരു നമ്പർ മാത്രമേ വരികയുള്ളൂ. ഇവിടെ അനുകൂലമായ സംഭവങ്ങളുടെ എണ്ണം 1-ഉം മൊത്തത്തിലുള്ള സാധ്യത 6-ഉം ആണ്.

അതുകൊണ്ട് ഒരു പ്രത്യേക നമ്പർ വരാനുള്ള സാധ്യത = പ്രോബബിലിറ്റി =
അനുകൂലമായ സംഭവങ്ങളുടെ എണ്ണം ÷ ആകെ സംഭവങ്ങളുടെ എണ്ണം

$$= 1/6 = 0.166 = 16.6\%$$

ഇനി Straight ലൈനിൻറെ കാര്യമെടുക്കാം. ഒരു 10 മുത്തുമണികൾക്ക് ഒരു straight ലൈനിൽ തനിയെ വന്നു നിൽക്കാനുള്ള സാധ്യത എത്രയാണെന്ന് നോക്കാം.

ഗ്രൗണ്ടിൽ ഒരു straight ലൈൻ വരച്ച് ഒരു 10 പോയിൻ്റ്കൾ മാർക്ക് ചെയ്ത് അതിനടുത്തായി 10 മുത്ത് മണികൾ വയ്ക്കുക. ഒരു മുത്തുമണി ഒരു പ്രത്യേക പോയിന്റിൽ വന്നു നിൽക്കുന്നതാണ് അനുകൂലമായ സംഭവം. ഗ്രൗണ്ടിൽ ഉള്ള മൊത്തം പോയിന്റ് കളുടെ എണ്ണം ആണ് മുത്തുമണി കൾക്ക് occupy ചെയ്യാവുന്ന മൊത്തം സംഭവങ്ങളുടെ എണ്ണം. ഗ്രൗണ്ടിലെ മൊത്തം പോയിന്റ് കളുടെ എണ്ണം infinity ആണ്.

അതുകൊണ്ട്, ഒരു മുത്തുമണിക്ക് ഒരു പ്രത്യേക പോയിന്റിൽ വന്നു നിൽക്കാനുള്ള സാധ്യത =
പ്രോബബിലിറ്റി =1/Infinity = $1/\infty = 0$

പ്രോബബിലിറ്റി '0' ആണെങ്കിൽ അത് ഒരിക്കലും സംഭവിക്കുകയില്ല എന്നാണ് അർത്ഥം.

ഒരു മുത്തുമണി ഒരു പോയിന്റിൽ വന്നു നിന്നതിനു ശേഷം മറ്റൊരു മുത്തുമണിക്ക് അതേ Straight ലൈനിൽ ഉള്ള മറ്റൊരു പോയിന്റിൽ വന്നു നിൽക്കാനുള്ള സാധ്യത =

$$= 1/\text{Infinity} \times 1/\text{Infinity} = 1/(\text{Infinity})^2 = 0 = 0\%$$

ആയിരിക്കും.

10 മുത്തുമണികൾക്ക് ഒരു Straight ലൈനിൽ വന്നു നിൽക്കാനുള്ള സാധ്യത

$$= 1/(\text{Infinity})^{10} = 0 = 0\%$$

ഇതിന്റെ അർത്ഥം ഒരു Straight ലൈൻ തനിയെ ഉണ്ടായിത്തീരില്ല എന്നാണ്.

അതായത്, ഒരു design, അത് എത്ര simple ആയിരുന്നാൽ പോലും തനിയെ ഉണ്ടായിത്തീരില്ല എന്നർത്ഥം.

മുത്തുമണികളെ വെച്ചിരിക്കുന്ന ഗ്രൗണ്ടിൽ ഉള്ള മൊത്തം പോയിന്റ്കൾ finite ആണെന്ന് വിചാരിക്കുക. ഉദാഹരണത്തിന് മൊത്തം പോയിന്റ്കളുടെ എണ്ണം 1000 ആണെന്നിരിക്കട്ടെ.

അപ്പോൾ ഒരു മുത്തുമണിക്ക് ഒരു പ്രത്യേക പോയിന്റിൽ വന്നു നിൽക്കാനുള്ള സാധ്യത = 1/1000 ആണ്.

ആദ്യത്തെ മുത്തുമണിക്ക് അരികിൽ രണ്ടാമത്തെ മുത്തുമണി വന്നു നിൽക്കാനുള്ള സാധ്യത =

$$1/1000 \times 1/1000 = 1/1000^2 \text{ ആണ്.}$$

അങ്ങനെ പത്തു മുത്തുമണികൾ ഒന്നിനടുത്ത് ഒന്നായി നിൽക്കണമെങ്കിൽ ഉള്ള സാധ്യത $1/(1000)^{10} =$ $1/(10)^{30}$ ആണ്. ഇത് "0" ആണെന്ന് മനസ്സിലാക്കാമല്ലോ. (ഈ കാൽക്കുലേഷനിൽ ഫൈനൽ റിസൾട്ടിനെ ബാധിക്കാത്ത തരത്തിലുള്ള ഒരു ചെറിയ approximation നടത്തിയിട്ടുണ്ട്). ഇതിൻറെ അർത്ഥം ഒരു മാറ്റം നടന്നതിന് ശേഷം അതിനോട്

അനുബന്ധമായ മറ്റു മാറ്റങ്ങൾ നടക്കാനുള്ള സാധ്യതകൾ കുറഞ്ഞുകൊണ്ടിരിക്കും എന്നാണ്. മാറ്റങ്ങളുടെ എണ്ണം കൂടുന്തോറും അതിനുള്ള സാധ്യത കൂടുതൽ കൂടുതൽ കുറവായിരിക്കും.

ഒരു ജീവി മറ്റൊരു ജീവിയായി തനിയെ മാറുവാനുള്ള സാധ്യത വെറും "0" ആണെന്ന് മനസ്സിലാക്കാൻ അതിന്റെ കോംപ്ലിക്കേഷൻസിനെ പറ്റി കുറച്ചൊന്നു മനസ്സിലാക്കാൻ സാധിക്കുന്നവർക്ക് ഒരു പ്രയാസവും ഉണ്ടാവില്ല. പരിണാമ സിദ്ധാന്തപ്രകാരം ഒരു ജീവി മറ്റൊരു ജീവിയായി മാറുന്നത് കോടിക്കണക്കിന് കൊല്ലങ്ങളിലൂടെ നടക്കുന്ന കോടിക്കണക്കിന് മാറ്റങ്ങളിലൂടെ ആണ്. കോടിക്കണക്കിനുള്ള മാറ്റങ്ങളിൽ ഓരോ മാറ്റങ്ങളും അതിനു മുമ്പ് നടന്ന മാറ്റങ്ങളുമായി പൊരുത്തപ്പെടുന്നത് ആയിരിക്കണം. പരസ്പരം പൊരുത്തപ്പെടുന്ന, വെറും പത്തു മാറ്റങ്ങൾ മാത്രം നടന്നാൽ ഉണ്ടായിത്തീരാവുന്ന ഒരു straight ലൈൻ പോലും തനിയെ ഉണ്ടായിത്തീരുകയില്ല എന്നിരിക്കെ പരസ്പരം പൊരുത്തപ്പെടുന്ന കോടിക്കണക്കിന് മാറ്റങ്ങൾ നടന്നാൽ മാത്രം ഉണ്ടായിത്തീരാവുന്ന ഒരു ജീവി തനിയെ ഉണ്ടായിത്തീരുകയില്ലെന്ന് മനസ്സിലാക്കാൻ പ്രയാസമില്ലല്ലോ.

അതുകൊണ്ട് ചെറിയ മാറ്റങ്ങൾ കോടിക്കണക്കിന് കൊല്ലങ്ങളിലൂടെ വലിയ മാറ്റമായി മാറും എന്നും അങ്ങനെ വേറെ വേറെ ജീവികൾ ഉണ്ടായിത്തീരും എന്നും പറയുന്നത് പ്രകൃതി നിയമങ്ങൾക്ക് എതിരായിട്ടുള്ളതും ഒരിക്കലും സംഭവിക്കില്ലാത്തതും വെറും വിഡ്ഢിത്തവും ആണ്. പ്രകൃതിയോടു പൊരുത്തപ്പെടുന്ന മാതിരിയും പരസ്പരം പൊരുത്തപ്പെടുന്ന മാതിരിയും ഉള്ള ചെറിയ ചെറിയ മാറ്റങ്ങൾ ഒരിക്കലും തനിയെ സംഭവിക്കുകയില്ല.

4.2 എൻട്രോപി (Entropy)

ഫിസിക്സിൽ എൻട്രോപ്പി (Entropy) എന്ന് പറയുന്നത് disorder ന്റെ അളവിനെയാണ്. ഇത് പ്രസ്താവിക്കുന്നത് ഒരു സിസ്റ്റത്തിൻറെ എൻട്രോപ്പി തനിയെ കുറയുക സാധ്യമല്ല എന്നും അത് സ്ഥിരമായി നിൽക്കുകയോ അല്ലെങ്കിൽ കൂടിക്കൊണ്ടിരിക്കുകയോ ചെയ്യും എന്നുമാണ്. തനിയെ അവസ്ഥാ മാറ്റം നടക്കുന്ന ഒരു സിസ്റ്റത്തിൽ disorder-ന്റെ അളവ് കൂടിക്കൊണ്ടേയിരിക്കും. മുത്തുമണികൾ തനിയെ നേർരേഖയിൽ വന്നു നിൽക്കണമെങ്കിൽ disorder ന്റെ അളവ് തനിയെ കുറയണം. disorder ന്റെ അളവ് തനിയെ കുറയുക സാധ്യമല്ല. അതിനാൽ മുത്തു മണികൾ തനിയെ നേർരേഖയിൽ വന്നു നിൽക്കുക അസാധ്യമാണ്. ഗ്രൗണ്ടിൽ കിടക്കുന്ന മുത്തുമണികൾ കൊണ്ടുണ്ടാകുന്ന രൂപങ്ങളിൽ തനിയെ മാറ്റങ്ങൾ വന്നു കൊണ്ടിരിക്കും. ഇങ്ങനെ തനിയെ ഉണ്ടാകുന്ന മാറ്റങ്ങൾ അനിയന്ത്രിത മാറ്റങ്ങൾ ആയിരിക്കും. മുത്തുമണികളെ ഒരു മനുഷ്യൻ പെറുക്കി അടുക്കിയാൽ മാത്രമേ അതിനു നേർരേഖയിൽ ക്രമീകരിക്കപ്പെടാൻ സാധിക്കുകയുള്ളൂ.

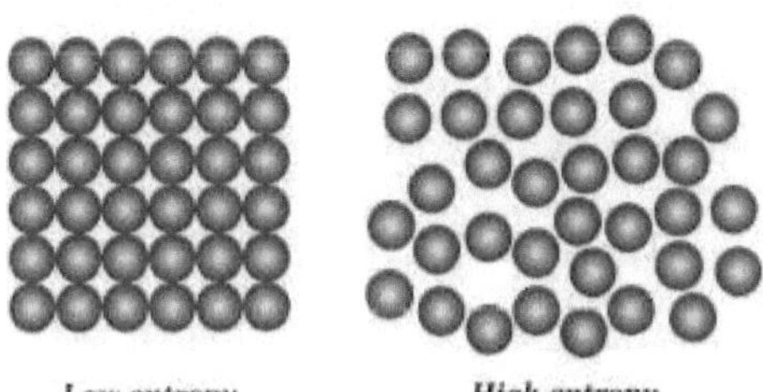

അതായത് ഒരു ബുദ്ധിയുടെ പ്രവർത്തനത്തിൽ കൂടി മാത്രമേ ഒരു ഡിസൈൻ ഉണ്ടായിത്തീരുക സാധ്യമാവുകയുള്ളൂ.

360 കോടി കൊല്ലങ്ങൾക്ക് മുമ്പ് ജലത്തിൽ ഏകകോശ ജീവി ഉണ്ടായി എന്നാണ് പരിണാമവാദികൾ പറയുന്നത്. ഒരു ജീവകോശം എന്ന് പറയുന്നത് സൂക്ഷ്മമായി നോക്കിയാൽ പലതരം തന്മാത്രകളുടെ സങ്കീർണമായ ഒരു കോമ്പിനേഷൻ

ആണ്. ഈ സാമ്യത്തിൽ, ഒരു തന്മാത്രയെ ഒരു മുത്തുമണിയുമായി താരതമ്യം ചെയ്യാം. അതായത് ഒരുപാട് തരത്തിലുള്ള തന്മാത്രകൾ (molecules) പ്രത്യേക രീതിയിൽ ക്രമീകരിക്കപ്പെടുമ്പോഴാണ് ഒരു ജീവകോശം ഉണ്ടായിത്തീരുന്നത്. മനുഷ്യ ബുദ്ധിക്ക് പിടികൊടുക്കാത്തത്ര സങ്കീർണമായ ഒരു ഓട്ടോമാറ്റിക് ഡിസൈൻ ആണ് ജീവകോശം. 3.6 ബില്യൺ വർഷങ്ങൾക്ക് മുമ്പ് ഉണ്ടായെന്നു പറയപ്പെടുന്ന ഏകകോശ ജീവികളിൽ ഏതാനും ലക്ഷങ്ങൾ മുതൽ ദശലക്ഷക്കണക്കിന് വരെ തന്മാത്രകൾ അടങ്ങിയിരിക്കുന്നു എന്നത് ഓർത്തിരിക്കേണ്ടത് വളരെ പ്രധാനമാണ്.

ഏറ്റവും സിമ്പിൾ ഡിസൈൻ ആയ വെറും 10 മുത്തുമണികൾ മാത്രമുള്ള ഒരു നേർരേഖ പോലും തനിയെ ഉണ്ടായിത്തീരുക സാധ്യമല്ല എന്നതുപോലെ അങ്ങേയറ്റം സങ്കീർണമായ ദശ ലക്ഷക്കണക്കിനു മുത്തുമണികളുമായി തരാതമ്യപ്പെടുത്താവുന്ന ദശ ലക്ഷക്കണക്കിന് തന്മാത്രകളാൽ നിർമ്മിതമായ ഒരു ജീവകോശം എന്ന ഡിസൈൻ തനിയെ ഉണ്ടായിത്തീരുക സാധ്യമല്ല.

Probability Theory യും Entropy യും ഉപയോഗിച്ച്, ഒരു നേർരേഖ സ്വയം ഉണ്ടാകില്ല എന്നും അതിനാൽ ഒരു Design തനിയെ ഉണ്ടാവുകയില്ല എന്നും ഇതോടെ ശാസ്ത്രീയമായി തെളിയിക്കപ്പെട്ടിരിക്കുന്നു. എന്നാൽ, ഇത് മനസ്സിലാക്കാൻ ഗണിത ശാസ്ത്രമോ ഭൗതിക ശാസ്ത്രമോ അറിഞ്ഞിരിക്കേണ്ട ആവശ്യമില്ല. സാധാരണ ബുദ്ധി ഉപയോഗിച്ച് മാത്രം, ഒരു പോയിന്റിൽ ഒന്നിച്ചു വച്ചിരിക്കുന്ന 10 മുത്തുമണികൾ സ്വയം ഒരു നേർ രേഖയിൽ വന്നു നിൽക്കില്ലെന്നും പകരം അത് ചിന്നി ചിതറിപ്പോവുക മാത്രമേ ഉള്ളൂ എന്നും ആർക്കും എളുപ്പത്തിൽ മനസ്സിലാക്കാവുന്ന കാര്യമാണ്. അതിനാൽ, ഒരു

Design സ്വയം ഉടലെടുക്കില്ല എന്നു മനസ്സിലാക്കാൻ സാമാന്യ ബുദ്ധി മാത്രമേ ആവശ്യമുള്ളു.

4.3 പരീക്ഷണ തെളിവ്(Experimental proof)

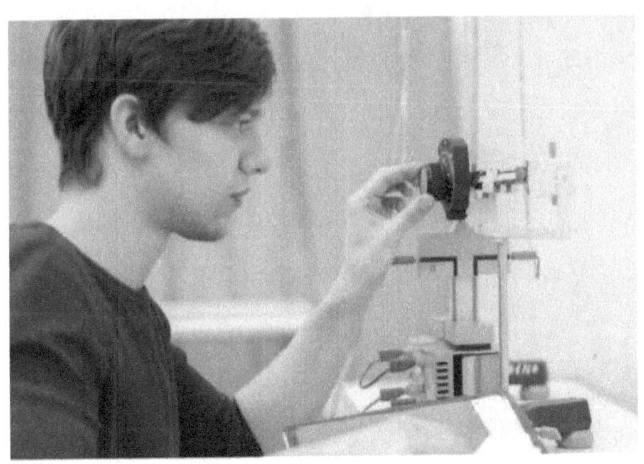

ഒരു കാര്യം ചെയ്തു നോക്കി തെളിയിക്കുന്നതിനെയാണ് അഥവാ പരീക്ഷണങ്ങൾ നടത്തി തെളിയിക്കുന്നതിനെയാണ് Experimental proof എന്ന് പറയുന്നത്. മനുഷ്യനിർമ്മിതമായ എല്ലാ ഡിസൈനുകളും Experimental proof-ന് തെളിവാണ്. ഉദാഹരണത്തിന് ഒരു പെൻസിലോ പെന്നോ വീടോ തനിയെ ഉണ്ടായിത്തീരുകയില്ല. അതുപോലെ ഒരു പെൻസിൽ പരിണമിച്ച് പെൻ ആയി മാറുകയോ ഒരു കുടിൽ പരിണമിച്ച് കൊട്ടാരമായി മാറുകയോ ചെയ്യില്ല.

ഒരു കൺസെപ്റ്റ്നെ തെളിയിക്കാനായി ശാസ്ത്രം സാധാരണ ഉപയോഗിക്കുന്ന മൂന്ന് മാർഗ്ഗങ്ങളാണ് മാത്തമാറ്റിക്കൽ പ്രൂഫ്, സയൻസിലെ ഏതെങ്കിലും പ്രൂവൻ കൺസെപ്റ്റ് ഉപയോഗിച്ചുള്ള പ്രൂഫ്, പരീക്ഷണങ്ങൾ നടത്തിയുള്ള പ്രൂഫ്. 4.1, 4.2, 4.3 എന്നീ സെക്ഷനുകളിൽ ഈ മൂന്നു മാർഗ്ഗങ്ങളും ഉപയോഗിച്ച് ഒരു ഡിസൈൻ തനിയെ ഉണ്ടായിത്തീരുകയില്ലെന്നും ഒരു ബുദ്ധി പ്രവർത്തിച്ചാൽ മാത്രമേ ഒരു ഡിസൈൻ ഉണ്ടായിത്തീരുകയുള്ളു എന്നും എന്നും ശാസ്ത്രീയമായി തെളിയിച്ചുകഴിഞ്ഞു.

Entropy യുടെ പ്രസ്താവനയിൽ പറയുന്നത് പ്രകാരം തനിയെ അവസ്ഥാ മാറ്റം നടക്കുന്ന ഒരു സിസ്റ്റത്തിൽ disorder ൻറെ അളവ് കൂടിക്കൊണ്ടേയിരിക്കും. അതായത്, ക്രമരാഹിത്യത്തിന്റെ അളവ് കൂടിക്കൊണ്ടേയിരിക്കും. ക്രമരാഹിത്യത്തിൻറെ അളവ് കുറയണമെങ്കിൽ, അതായത് ക്രമീകൃതമായ അവസ്ഥയുടെ അളവു കൂടണമെങ്കിൽ, ഒരു ബുദ്ധി പ്രവർത്തിച്ചേ പറ്റൂ എന്ന് Section 4.2 ൽ വിശദീകരിച്ചു കഴിഞ്ഞു. ക്രമരഹിതമായ അവസ്ഥയിൽനിന്നും(State of Disorder) ക്രമീകൃതമായ ഒരു അവസ്ഥയിലേക്കുള്ള(State of Order) മാറ്റത്തിലൂടെ മാത്രമേ ഒരു ഡിസൈൻ ഉണ്ടായിത്തീരുകയുള്ളൂ. ജീവജാലങ്ങൾ എന്നുപറഞ്ഞാൽ അത് അത്യത്ഭുതകരമായ ഡിസൈനുകൾ ആണ്. അതു കൊണ്ട്, ക്രമരഹിതമായ അവസ്ഥയിൽ നിന്നും ക്രമീകൃതമായ ഒരു അവസ്ഥയിലേക്കുള്ള മാറ്റത്തിലൂടെ മാത്രമേ ജീവജാലങ്ങൾ ഉണ്ടായിത്തീരുക സാധ്യമാവുകയുള്ളൂ. ക്രമരഹിതമായ അവസ്ഥയിൽ നിന്നും ക്രമീകൃതമായ അവസ്ഥയിലേക്കുള്ള മാറ്റം തനിയെ സംഭവിക്കുക അസാധ്യമായതിനാൽ ജീവജാലങ്ങൾ തനിയെ ഉണ്ടായിത്തീരുക അസാധ്യമാണ്.

അതിനാൽ, ഈ പ്രപഞ്ചത്തിലുള്ളതെല്ലാം ഓരോ ഡിസൈൻ ആയതിനാലും ഒരു ഡിസൈൻ തനിയെ ഉണ്ടായിത്തീരുക സാധ്യം അല്ലാത്തതിനാലും ജീവനുള്ളതും ജീവനില്ലാത്തതും അടക്കം ഈ പ്രകൃതിയിലും പ്രപഞ്ചത്തിലും ഉള്ളതെല്ലാം ദൈവത്താൽ സൃഷ്ടിക്കപ്പെട്ടത് ആണെന്ന് ശാസ്ത്രീയമായി തെളിയിക്കപ്പെട്ടു കഴിഞ്ഞു.

5. പരിണാമ സിദ്ധാന്തം:
വാദങ്ങളും എതിർ വാദങ്ങളും

ഉയരമുള്ള മരങ്ങളിലെ ഇലകൾ ഭക്ഷിക്കാനായി തലനീട്ടാൻ ശ്രമിച്ചതിൻറെ ഫലമായാണ് ജിറാഫിന് നീളമുള്ള കഴുത്ത് ഉണ്ടായതെന്ന് പരിണാമ സിദ്ധാന്തം പറയുന്നതായി പത്താം ക്ലാസിൽ പഠിച്ചിട്ടുണ്ട്. കഴുത്തു നീട്ടാൻ ശ്രമിക്കുമ്പോൾ ഉണ്ടാകുന്ന muscular changes ജനിതക മാറ്റമായി മാറുകയില്ല എന്നും അതു തലമുറകളിലേക്ക് കൈമാറ്റം ചെയ്യപ്പെടുകയില്ലെന്നും ജൈവശാസ്ത്രത്തിൻറെ basics അറിയാവുന്നവർക്ക് മനസ്സിലാക്കാൻ കഴിയുന്ന കാര്യമാണ്.

പരിണാമത്തിന് മറ്റൊരു കാരണമായി പറയുന്നത് മ്യൂട്ടേഷൻ മൂലം ഉണ്ടാകുന്ന മാറ്റങ്ങളാണ്. പാരിസ്ഥിതിക കാരണങ്ങൾ, Ultraviolet rays, X-ray, Chemicals, മുതലായ കാരണങ്ങളാൽ ജനിതക ഘടനയിൽ ഉണ്ടാകുന്ന മാറ്റങ്ങളെയാണ് മ്യൂട്ടേഷൻ എന്ന് പറയുന്നത്. മ്യൂട്ടേഷൻ ജൈവ വൈകൃതങ്ങൾക്കും ക്യാൻസർ പോലുള്ള ആരോഗ്യ പ്രശ്നങ്ങൾക്കുമേ കാരണമാവുകയുള്ളു എന്നാണ് പരീക്ഷണ നിരീക്ഷണങ്ങൾ തെളിയിക്കുന്നത്. അല്ലാതെ അതു പരിണാമത്തിന് കാരണമായിത്തീരില്ല. പരിണാമ വാദികൾ ഈ വസ്തുതകൾ മനസ്സിലാക്കാതിരിക്കുകയോ അല്ലങ്കിൽ മനസ്സിലായില്ലെന്ന് നടിക്കുകയോ ചെയ്യുന്നു.

"വാൽമാക്രിയിൽ നിന്ന് നാലു കാലുള്ള തവളയിലേക്കുള്ള രൂപാന്തരണത്തെ, മത്സ്യങ്ങളിൽ നിന്ന് കരയിലെ നാൽക്കാലികളിലേക്കുള്ള ഒരുകോടി വർഷത്തെ ജൈവ പരിണാമത്തിൻറെ തനിയാവർത്തനം നമുക്ക് കാണാമെന്ന്" ഒരു പരിണാമ വാദിയുടെ ലേഖനത്തിൽ വായിച്ചിട്ടുണ്ട്. ഈ പ്രസ്താവനയ്ക്ക് യാതൊരു അർത്ഥവുമില്ല. തവളയിടുന്ന മുട്ട വിരിഞ്ഞ് വാൽമാക്രി ഉണ്ടാകുന്നതും, വാൽമാക്രി പിന്നീട് തവളയാവുന്നതും തവളയുടെ വളർച്ചയിലെ വിവിധ ഘട്ടങ്ങൾ മാത്രമാണ്. ശരീരത്തിൻറെ വളർച്ചയെന്ന പ്രതിഭാസത്തെ യാതൊരു തരത്തിലും പരിണാമം എന്ന സങ്കല്പവുമായി താരതമ്യപ്പെടുത്തുക സാധ്യമല്ല.

ഒരു ജീവിയുടെ ശരീരത്തിൽ രോഗാണുക്കൾ പ്രവേശിക്കുമ്പോൾ അതിനെ നശിപ്പിക്കാൻ ആവശ്യമായ പ്രതിരോധ പ്രവർത്തനങ്ങൾ ശരീരത്തിൽ നടക്കുകയും രോഗത്തിന് എതിരെയുള്ള പ്രതിരോധ ശക്തി കൂടുതലാവുകയും ചെയ്യും. ഇങ്ങനെ കൂടുതൽ പ്രതിരോധ ശക്തിയാർജിച്ച ബാക്ടീരിയകളെ പരിണാമത്തിനു ഉദാഹരണമായി ഒരു പരിണാമ വാദിയുടെ ലേഖനത്തിൽ വായിക്കുകയുണ്ടായി. "ജീവൻ" എന്ന ഡിസൈനിൻറെ ഡിസൈൻ ഫീച്ചർ ആണിത്. ഇത് പരിണാമത്തിന് ഉദാഹരണം അല്ല. അതുപോലെ കൊറോണ വൈറസിൻറെ

ഉദ്ഭവത്തെയും പരിണാമത്തിനു ഉദാഹരണമായി പരിണാമ വാദികൾ പറയുന്നു. കൊറോണ വൈറസിൻറെ ഉദ്ഭവത്തിൻറെ കാരണം ഇതുവരെ ശരിയായി മനസ്സിലാക്കിയിട്ടില്ല. കാരണമറിയാത്ത സംഭവത്തിന്റെ കാരണമായി പരിണാമത്തെ പറയുന്നത് എത്ര പരിഹാസ്യമാണെന്ന് മനസ്സിലാക്കാൻ പരിണാമ വാദികൾക്ക് സാധിക്കുകയില്ല.

360 കോടി കൊല്ലങ്ങൾക്കു മുമ്പ് ജലത്തിൽ ജീവൻ ഉണ്ടാകാൻ കാരണമായത് എന്ന് കരുതപ്പെടുന്ന അന്തരീക്ഷഘടനയെ പരീക്ഷണശാലയിൽ കൃത്രിമമായി സൃഷ്ടിച്ച് ജീവൻ ഉണ്ടാക്കാനുള്ള ശ്രമങ്ങളൊക്കെ പരാജയപ്പെടുകയാണ് ഉണ്ടായത്. ജീവകോശം ഉണ്ടാകാൻ ആവശ്യമായ ഘടകങ്ങളൊക്കെ അന്തരീക്ഷത്തിലോ ജലത്തിലോ ഉണ്ടായിത്തീർന്നാൽ തന്നെ അതെല്ലാം ഒരു പ്രത്യേക രൂപം ഉണ്ടാവുന്ന രീതിയിലും പ്രത്യേക രീതിയിൽ പ്രവർത്തിക്കാൻ കഴിയുന്ന രീതിയിലും സ്വയം ക്രമീകരിക്കപ്പെടുക സാധ്യമല്ല (പ്രോബബിലിറ്റയെ പറ്റിയും എൻട്രോപ്പിയെ പറ്റിയും പറഞ്ഞ കാര്യങ്ങൾ ഓർക്കുക). ഒരു വീടുണ്ടാക്കാൻ

ആവശ്യമായ സാധനങ്ങൾ എല്ലാം ഒരിടത്തു കൂട്ടിയിട്ടാൽ എത്ര കോടി കൊല്ലങ്ങൾ കഴിഞ്ഞാലും അതൊരു വീടായി തീരില്ല. ഒരു കമ്പ്യൂട്ടർ ഉണ്ടാക്കാനാവശ്യമായ സാധനങ്ങൾ എല്ലാം ഒരിടത്ത് കൂട്ടി വെച്ചാൽ അത് തനിയെ ഒരു കമ്പ്യൂട്ടർ ആയി മാറുകയില്ല. എന്തിന് നമ്മൾ എഴുതാൻ ഉപയോഗിക്കുന്ന ഒരു പെൻസിൽ പോലും തനിയെ ഉണ്ടായിത്തീരില്ല. മനുഷ്യൻ ഉണ്ടാക്കുന്ന ഇത്തരം ഡിസൈനുകൾ തനിയെ ഉണ്ടാവില്ലെന്ന് പറഞ്ഞാൽ അത് മനസ്സിലാക്കാൻ ആർക്കും യാതൊരു ബുദ്ധിമുട്ടുമില്ല. എന്നാൽ മനുഷ്യ ബുദ്ധിക്ക് പൂർണമായും മനസ്സിലാക്കാൻ സാധിക്കാതെ നിൽക്കുന്ന അങ്ങേയറ്റം സങ്കീർണമായ "ജീവൻ" എന്ന ഡിസൈൻ തനിയെ ഉണ്ടാവില്ല എന്ന് പറഞ്ഞാൽ അത് മനസ്സിലാക്കാൻ ശാസ്ത്രജ്ഞർക്കും ശാസ്ത്ര പണ്ഡിതന്മാർക്കും സാധിക്കുന്നില്ല. അതിനുള്ള 5 പ്രധാനപ്പെട്ട കാരണങ്ങൾ അടുത്ത ചാപ്റ്ററിൽ വിശദീകരിച്ചിരിക്കുന്നു.

6. സൃഷ്ടിവാദം: മനസ്സിലാക്കാൻ സാധിക്കാത്തതിൻറെ കാരണങ്ങൾ

(i). നമ്മൾ ജനിക്കുന്നത് മുതൽ ജീവൻ എന്ന പ്രതിഭാസം തനിയെ സംഭവിക്കുന്ന ഒരു പ്രതിഭാസമായി മനസ്സിൽ ഉറക്കുന്നു. കോഴിമുട്ട വിരിഞ്ഞു കോഴിക്കുഞ്ഞ് ഉണ്ടാവുകയും അത് വളരുകയും ജീവിക്കുകയും ചെയ്യുന്നു. കെട്ടിക്കിടക്കുന്ന വെള്ളത്തിൽ തനിയെ കൃമികൾ ഉണ്ടാവുന്നതായി കാണുന്നു. വെറുതെ കിടക്കുന്ന സ്ഥലത്ത് സസ്യജാലങ്ങൾ വളരുകയും അവിടെ ജീവജാലങ്ങൾ ഉണ്ടായിത്തീരുകയും ചെയ്യുന്നു. എല്ലാ ജീവികളും ജനിക്കുകയും തനിയെ ആഹാരം കഴിക്കുകയും വളരുകയും ഓടുകയും ചാടുകയും ഒക്കെ ചെയ്യുന്നു. ഇങ്ങനെയുള്ള അനുഭവങ്ങൾ മൂലം "ജീവൻ" എന്നാൽ "തനിയെ സംഭവിക്കുന്ന പ്രതിഭാസം" എന്ന mind set ഉണ്ടായിത്തീരുന്നു. അതിനാൽ ഒരു ജീവി പരിണമിച്ചു മറ്റൊരു ജീവി ഉണ്ടാകുന്നു എന്ന ആശയം വളരെ യുക്തമായ, ശരിയായ ആശയമാണെന്ന് മനുഷ്യർ പെട്ടെന്ന് വിശ്വസിക്കുന്നു. കെട്ടിക്കിടക്കുന്ന വെള്ളത്തിൽ തനിയെ കൃമികൾ ഉണ്ടാവുന്നതിനേയും വെറുതെ കിടക്കുന്ന സ്ഥലത്ത് സസ്യജാലങ്ങൾ വളരുന്നതിനേയും ഒക്കെ പരിണാമ

സിദ്ധാന്തത്തെ സാധൂകരിക്കാനായി പരിണാമവാദികൾ പറയാറുണ്ട്. ഇതു ശരിയല്ല. കുടിയേറിപ്പാർക്കലും പുനരുൽപ്പാദനവും വഴിയാണ് ഇതു സംഭവിക്കുന്നത്. അതു ജീവശൃംഗലയെന്ന ഡിസൈനിൻറെ ഡിസൈൻ ഫീച്ചർ ആണ്.

ജലബാഷ്പം ഘനീഭവിച്ചു ജലമായി മാറുമ്പോഴും ജലത്തിൽ നിന്ന് ഐസ് രൂപപ്പെടുമ്പോഴും ദ്രാവകങ്ങളിൽ നിന്ന് ധാതുക്കളുടെ ക്രിസ്റ്റലൈസേഷൻ നടക്കുമ്പോഴും എൻട്രോപ്പി കുറയുന്നുണ്ട്. പരിണാമ വാദികൾ പലപ്പോഴും ഈ പ്രക്രിയകളെ എൻട്രോപ്പി സ്വാഭാവികമായി കുറയുക സാധ്യമാണ് എന്നതിന് ഉദാഹരണങ്ങളായി അവതരിപ്പിക്കുന്നു. ഈ സന്ദർഭങ്ങളിൽ എൻട്രോപ്പി കുറയുന്നതുപോലെ ജീവജാലങ്ങൾക്ക് ബുദ്ധിയുടെ പ്രവർത്തനത്തിൽ കൂടിയല്ലാതെ സ്വയമേവ ഉണ്ടായിത്തീരാൻ കഴിയുമെന്ന് അവർ വാദിക്കുന്നു. എന്നാൽ, ഈ പ്രതിഭാസങ്ങൾ ഭൂമിയുടെയും അതിന്റെ ആവാസ

വ്യവസ്ഥയുടെയും ബുദ്ധിപരമായ രൂപകല്പനയുടെ - ഡിസൈനിന്റെ - അവിഭാജ്യ ഘടകമാണ്. ഇത്തരത്തിലുള്ള പ്രകൃതി പ്രതിഭാസങ്ങളെ എൻട്രോപ്പി തനിയെ കുറയും എന്നതിനുള്ള ഉദാഹരണങ്ങളായി വ്യാഖ്യാനിക്കുന്നതു തികച്ചും തെറ്റാണ്.

ഉദാഹരണത്തിന്, ഒരു റെഫ്രിജറേറ്റർ പരിഗണിക്കുക: താപനില കുറയുമ്പോൾ റെഫ്രിജറേറ്ററിന്റെ ഉള്ളിലെ എൻട്രോപ്പി കുറയുന്നു. ഇത് സാധ്യമാക്കുന്നതിനു ഒരു കംപ്രസർ ഉപയോഗിച്ച് താപ ഊർജ്ജത്തെ പുറത്തേക്ക് പമ്പ് ചെയ്യുന്നു. ഇത് ചുറ്റുപാടുകളുടെ എൻട്രോപ്പി ഉയർത്തുന്നു. അങ്ങനെ, റെഫ്രിജറേറ്ററിനുള്ളിലെ എൻട്രോപ്പി കുറയുമ്പോൾ, സിസ്റ്റത്തിന്റെ മൊത്തത്തിലുള്ള എൻട്രോപ്പി-ചുറ്റുപാടുമുള്ള പരിസ്ഥിതി ഉൾപ്പെടെ-വർദ്ധിക്കുന്നു. Irreversible closed സിസ്റ്റങ്ങളിൽ എൻട്രോപ്പി ഉയരുന്നു എന്ന വിശാലമായ തത്വം ഇവിടെ പാലിക്കപ്പെടുന്നു. റെഫ്രിജറേറ്ററിനുള്ളിലെ എൻട്രോപ്പിയുടെ ഈ കുറവ് അതിന്റെ ബുദ്ധിപരമായ രൂപകൽപ്പനയുടെ - ഡിസൈനിന്റെ - ഭാഗമാണ്. ഒരാൾ ചൂട് നീക്കം ചെയ്യുന്ന പ്രക്രിയയെപ്പറ്റി മനസ്സിലാക്കാതെ റെഫ്രിജറേറ്ററിന്റെ അകത്ത് മാത്രം നിരീക്ഷിക്കുകയാണെങ്കിൽ, എൻട്രോപ്പി സ്വയമേവ കുറയുമെന്ന് അവർ തെറ്റായി വിശ്വസിച്ചു പോയേക്കാം. റെഫ്രിജറേറ്ററിലെ താപനില കുറയുന്നതിനു പിന്നിലെ ബുദ്ധിശക്തിയുടെ സ്വാധീനം തിരിച്ചറിയാതെ എൻട്രോപ്പി സ്വയമേവ കുറയുമെന്നു പറയുന്നത് പോലെയാണ് ജലം ഘനീഭവിക്കൽ, ക്രിസ്റ്റലൈസേഷൻ തുടങ്ങിയ ഉദാഹരണങ്ങൾ ഉപയോഗിച്ച് ജീവന്റെ ആവിർഭാവ സമയത്ത് എൻട്രോപ്പി സ്വയമേവ കുറയുന്നുവെന്ന് പരിണാമവാദികൾ അവകാശപ്പെടുന്നത്.

ഇതു കൂടാതെ, പരിണാമ സിദ്ധാന്തം പ്രകൃതി നിർദ്ധാരണത്തെക്കുറിച്ച് (Natural selection)

ഊന്നിപ്പറയുന്നു. പ്രകൃതിയോട് പൊരുത്തപ്പെടുന്ന മാറ്റങ്ങൾ പ്രകൃതിയിൽ നിലനിൽക്കും എന്നാണ് ഇതിൻറെ ആശയം. പ്രകൃതി നിർദ്ധാരണം (സ്വാഭാവിക നിർദ്ധാരണം എന്നും പറയാറുണ്ട്) ശരിയാണ്. എന്നാൽ പ്രകൃതിയോട് പൊരുത്തപ്പെടുന്ന ചെറിയ ചെറിയ മാറ്റങ്ങൾ തനിയെ ഉണ്ടാകുമെന്നും കോടിക്കണക്കിന് കൊല്ലങ്ങളിലൂടെ ചെറിയ ചെറിയ മാറ്റങ്ങൾ വലിയ വലിയ മാറ്റങ്ങൾ ആകുമെന്നും പറയുന്നത് 100% തെറ്റാണ്. എങ്കിലും പ്രകൃതിനിർദ്ധാരണം എന്ന് പറയുന്നത് ശരിയായതിനാൽ, പ്രകൃതി നിർദ്ധാരണത്തിനുള്ള ഉദാഹരണങ്ങളെ കാണിച്ചു തന്നുകൊണ്ട് പരിണാമ സിദ്ധാന്തത്തെപ്പറ്റി പറയുമ്പോൾ അത് ശരിയാണെന്ന് സാമാന്യബുദ്ധിയും അറിവും ഉള്ള എല്ലാവരും വിശ്വസിച്ചു പോകും. കാരണം, ഒറ്റനോട്ടത്തിൽ ആർക്കും ശരിയെന്ന് തോന്നുന്ന ഒരു പ്രസ്താവന അണിത്. ഇതിൻറെ കൂടെ "ജീവൻ എന്നാൽ തനിയെ സംഭവിക്കുന്ന പ്രതിഭാസം" എന്ന മൈൻഡ് സെറ്റ് കൂടിയാകുമ്പോൾ പരിണാമ സിദ്ധാന്തത്തിലുള്ള വിശ്വാസം പൂർണ്ണമാകുന്നു.

(ii). ഒരു കൊച്ചു കുട്ടി ഉണ്ടാക്കിയ ഒരു മുയലിൻറെ പ്രതിമയെ കണ്ടാൽ അതു പ്രതിമയാണെന്ന് മനസ്സിലാക്കാൻ ഒരു ബുദ്ധിമുട്ടും ഉണ്ടാവില്ല. കാരണം യഥാർത്ഥ മുയലിന്റെ രൂപത്തിൽ നിന്നും അതിന് ഒരുപാട് വ്യത്യാസമുണ്ടായിരിക്കും. എന്നാൽ വിദഗ്ധനായ ഒരു ശില്പി ഉണ്ടാക്കിയ മുയൽ പ്രതിമയെ കണ്ടാൽ അത് യഥാർത്ഥ മുയലാണെന്ന് തോന്നിപ്പോകും. അതായത് perfect ആയ ഒരു ഡിസൈൻ കണ്ടാൽ അത് ഡിസൈൻ ആണെന്ന് മനസ്സിലാക്കാൻ ബുദ്ധിമുട്ടു തോന്നും. ഈശ്വരൻറെ സൃഷ്ടി അങ്ങേയറ്റം മഹത്തരം ആയിരിക്കുന്നതിനാൽ അതൊരു ഡിസൈൻ ആണെന്ന് മനസ്സിലാക്കാൻ മനുഷ്യർക്ക് സാധിക്കാതെ പോകുന്നു.

(iii) പരിണാമവാദത്തിൻറെ ഉപജ്ഞാതാവായ ഡാർവിനും ശാസ്ത്ര പണ്ഡിതന്മാർക്കും ഉള്ളത് theoritical ആയ

അറിവാണ്. പ്രായോഗിക ശാസ്ത്രത്തിൽ ഇവർക്ക് അറിവില്ല. എന്തെങ്കിലും സാധനങ്ങൾ ഡിസൈൻ ചെയ്തുള്ള അനുഭവപരിചയം ഇവർക്കില്ല. ഒരു ഡിസൈൻ ഉണ്ടാകണമെങ്കിൽ ഒരുപാട് കാര്യങ്ങളെ പരസ്പരബന്ധിതമായി പൊരുത്തപ്പെടുത്തിക്കൊണ്ട് ക്രമീകരിക്കേണ്ടതുണ്ട്. ഒരു വീടുണ്ടാക്കണമെങ്കിൽ ആദ്യം അതിന്റെ പ്ലാൻ വരയ്ക്കണം, റൂമുകൾക്ക് വാതിലുകളും ജനലുകളും വേണം, അടുക്കളയിൽ വാഷ്ബേസിൻ വേണം. വാഷ്ബേസിനിൽ ടാപ്പ് ഉണ്ടാകണം. ടാപ്പിൽ വെള്ളം വരണമെങ്കിൽ വീടിനു മുകളിൽ വാട്ടർ ടാങ്ക് ഉണ്ടാവണം. വാട്ടർ ടാങ്കിൽ വെള്ളം എത്തിക്കാൻ കിണറിൽ നിന്നും മോട്ടോർ ഉപയോഗിച്ച് വെള്ളം പമ്പ് ചെയ്യണം. ഇങ്ങനെ ഒരു ഡിസൈൻ ഉണ്ടാവണമെങ്കിൽ ഒരുപാട് കാര്യങ്ങളെ ശ്രദ്ധയോടെ ക്രമീകരിക്കേണ്ടതുണ്ട്. പരസ്പരം ബന്ധപ്പെടുത്തി കൊണ്ടുള്ള ക്രമീകരണങ്ങൾ സംഭവിക്കണമെങ്കിൽ ഒരു ബുദ്ധിപ്രവർത്തിച്ചേ പറ്റൂ. അതായത്, ഒരു design, അതെത്ര simple ആയിരുന്നാൽ പോലും തനിയെ ഉണ്ടായിത്തീല്ല. അതുപോലെ ഒരു design തനിയെ മറ്റൊരു design ആയി മാറുകയുമില്ല. ഒരു പെൻസിൽ തനിയെ പരിണമിച്ച് പെൻ ആയി മാറുകയില്ല, ഒരു mobile phone തനിയെ പരിണമിച്ച് computer ആയി മാറുകയില്ല, ഒരു കാർ തനിയെ പരിണമിച്ച് വിമാനം ആയി മാറുകയില്ല.

ഒരു വീട് ഉണ്ടാക്കണമെങ്കിൽ ആദ്യം അതിന്റെ പ്ലാൻ വരക്കണമെന്ന് പറഞ്ഞല്ലോ. അതായത് **ഒരു വീട് ഉണ്ടാക്കുന്നതിന് മുമ്പ് അതെങ്ങനെ ആയിരിക്കണം എന്ന് തീരുമാനിക്കപ്പെടേണ്ടതുണ്ട്.** അതനുസരിച്ച് ആണ് വീടിന്റെ ഓരോ ഭാഗങ്ങളും നിർമിക്കേണ്ടത്. വീടിന്റെ പ്ലാനിൽ അതിന്റെ ഓരോ ഭാഗങ്ങളും എവിടെ ആയിരിക്കണമെന്നും എങ്ങനെ ആയിരിക്കണമെന്നും അതിനു ഉപയോഗിക്കേണ്ട വസ്തുക്കൾ എന്തൊക്കെ ആയിരിക്കണമെന്നും എല്ലാം വിശദമായി

തീരുമാനിക്കപ്പെട്ടിട്ടുണ്ടായിരിക്കും. അങ്ങനെ ചെയ്യാതെ, വീട് എങ്ങനെയായിരിക്കണം എന്ന് തീരുമാനിക്കാതെ, വീടിന്റെ വാതിൽ ഏതോ ഒരു മൂലയ്ക്ക് കൊണ്ടുപോയി വയ്ക്കുകയും മറ്റൊരു മൂലയ്ക്ക് ജനൽ വയ്ക്കുകയും വീടിന് നടുവിൽ കിണർ കുഴിക്കുകയും ജനലിനു മുകളിൽ മോട്ടോർ ഫിറ്റ് ചെയ്യുകയും ബെഡ്റൂമിൽ ടോയിലറ്റ് പണിയുകയും ഒക്കെ ചെയ്താൽ അതൊരു വീടായിത്തീരുകയില്ല.

അതുപോലെ ഒരു ജീവിയെ സൃഷ്ടിക്കുമ്പോൾ അത് എങ്ങനെ ആയിരിക്കണം എന്നു ആദ്യമേ തീരുമാനിക്കപ്പെടേണ്ടതായിട്ടുണ്ട്. അത് ഏത് സാഹചര്യത്തിലാണ് ജീവിക്കേണ്ടത് എന്നതനുസരിച്ചു, അത് എങ്ങനെയാണ് സഞ്ചരിക്കേണ്ടത്, അതിന്റെ കാൽ എങ്ങനെ ആയിരിക്കണം, എങ്ങനെയാണ് ആഹാരങ്ങൾ കഴിക്കേണ്ടത്, എന്താഹാരമാണ് കഴിക്കേണ്ടത്, വായും പല്ലും കണ്ണും ഒക്കെ എങ്ങനെ ആയിരിക്കണം, ശത്രുക്കളിൽ നിന്ന് എങ്ങനെയാണ് രക്ഷപ്പെടേണ്ടത്, മുതലായി അനേകമനേകം കാര്യങ്ങൾ തീരുമാനിക്കപ്പെടേണ്ടതുണ്ട്. മുൻകൂട്ടി തീരുമാനിക്കപ്പെടാതെ ഒരു വീട് ഉണ്ടാവില്ലാത്തതുപോലെ മുൻകൂട്ടി തീരുമാനിക്കപ്പെടാതെ ഒരു ജീവിയുടെയും സൃഷ്ടി സാധ്യമാവുകയില്ല.

കോടിക്കണക്കിനു വർഷങ്ങളിലൂടെ നടക്കുന്ന പരിണാമത്തിലൂടെ ഒരു പുതിയ ജീവി ഉണ്ടായിത്തീരുമെങ്കിൽ മേൽ പറഞ്ഞ ഒഴിച്ചു കൂടാനാവാത്ത കാര്യങ്ങൾ എങ്ങനെയാണ് സംഭവിക്കുന്നത് എന്ന് പരിണാമ വാദികൾക്ക് വിശദീകരിക്കാമോ?

ഒരു ഡിസൈൻ എന്താണ് എന്നതിനെപ്പറ്റിയും അത് എങ്ങനെ ഉണ്ടാകും എന്നതിനെപ്പറ്റിയും ഒട്ടുംതന്നെ അറിവില്ലാത്തതിനാൽ യാഥാർഥ്യവുമായി യാതൊരു ബന്ധവുമില്ലാത്ത കുറെ സങ്കല്പങ്ങൾ നടത്തുക മാത്രമാണ് പരിണാമ വാദികൾ

ചെയ്യുന്നത്. ഇതു കേൾക്കുന്ന മനുഷ്യരിൽ നല്ല ശതമാനവും ഡിസൈൻ എന്താണെന്ന് അറിയാത്തവരാണ്. അതിനാൽ പരിണാമ വാദികൾ പറയുന്നത് ശരിയാണെന്ന് ഇവർ അന്ധമായി വിശ്വസിച്ചു പോകുന്നു.

(iv). ദൈവ വിശ്വാസം എന്നു പറയുന്നത് ശാസ്ത്രീയമല്ല എന്നുള്ള mind set ബഹുഭൂരിപക്ഷം മനുഷ്യരിലും ഉണ്ട്. അതിനാൽ ദൈവ വിശ്വാസത്തെ അടിസ്ഥാനമാക്കിയുള്ള ഏതൊരു വിശദീകരണവും അന്ധവിശ്വാസമാണെന്ന് പരിണാമ വാദികൾ വിശ്വസിക്കുകയും മറ്റുള്ളവരെ ഇവർ വിശ്വസിപ്പിക്കുകയും ചെയ്യുന്നു. കൺമുമ്പിൽ കാണുന്ന സത്യമാണ് ദൈവം. സത്യാന്വേഷണമാണ് ശാസ്ത്രം. അതുകൊണ്ട് ദൈവ വിശ്വാസം ശാസ്ത്രീയമാണ്.

(v) പരിണാമ വാദം തെറ്റാണെന്ന് മനസ്സിലാക്കുന്ന ശാസ്ത്ര പണ്ഡിതന്മാർ ഉണ്ടായിരിക്കാം. എന്നാൽ ദൈവ വിശ്വാസത്തെ അടിസ്ഥാനമാക്കി പറയുന്നതെല്ലാം അന്ധവിശ്വാസമാണെന്ന പൊതു ധാരണയെ ഭയന്ന് അവരത് തുറന്നു പറയാത്തതാവാം.

മാറ്റങ്ങളുണ്ടായിക്കൊണ്ടിരിക്കും എന്നത് പ്രകൃതി നിയമാണ്. അതുപോലെ മാറ്റത്തെ ചെറുക്കുകയെന്നതും ഒരു പ്രകൃതി നിയമാണ്. ഒരു ബാഹ്യമായ ബലം പ്രായോഗിക്കപ്പെടുന്നതുവരെ ഒരു വസ്തു അതിൻറെ സ്ഥിതിയിൽ മാറ്റം വരാതെ തുടരുമെന്ന് ഐസക് ന്യൂട്ടൻറെ First law of motion പറയുന്നു. ഇതിനെയാണ് Inertia എന്ന് പറയുന്നത്. Inertia മനുഷ്യൻറെ സ്വഭാവങ്ങൾക്കും ബാധകമാണ്. അതായത്, സ്വഭാവങ്ങൾക്കു മാറ്റം വരണമെങ്കിൽ മനപ്പൂർവ്വമായ ഒരു പ്രയത്നം ആവശ്യമാണ്.

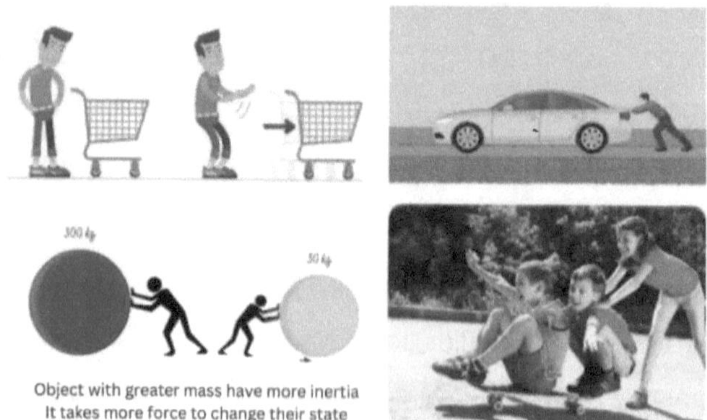

Inertia യിൽ നിന്നും മോചിതരായി, മൈൻഡ് സെറ്റിൽ നിന്നും മോചിതരായി, യഥാർത്ഥ്യ ബോധത്തോടെ ചിന്തിക്കാൻ പരിണാമ വാദികൾ ശ്രമിക്കണം. ഡിസൈൻ എന്ന് പറഞ്ഞാൽ എന്താണെന്ന് മനസ്സിലാക്കാനും ജീവശരീരം എന്നു പറയുന്നത് അത്ഭുതകരമായ ഒരു ഓട്ടോമാറ്റിക് ഡിസൈൻ ആണെന്ന് മനസ്സിലാക്കാനും അത് തനിയെ ഉണ്ടാവില്ലെന്ന് മനസ്സിലാക്കാനും പരിണാമവാദികളടക്കം എല്ലാവർക്കും സാധിക്കണം.

ഒരു ഡിസൈൻ എന്താണെന്നും ഒരു ഡിസൈൻ തനിയെ ഉണ്ടായിത്തീരില്ല എന്നും മനസ്സിലാക്കുന്നത് വരെ പരിണാമ വാദികൾ "തത്തമ്മേ പൂച്ച പൂച്ച" എന്ന് പറഞ്ഞുകൊണ്ടേയിരിക്കും.

7. സൃഷ്ടിവാദം: വിശദീകരണങ്ങൾ

ഈ പ്രകൃതിയിലുള്ള എല്ലാ ജീവികളുടെയും സൃഷ്ടിക്കു പിന്നിൽ അത്ഭുതകരമായ ഒരു ബുദ്ധിശക്തി പ്രവർത്തിച്ചിട്ടുണ്ട് എന്ന് തീർച്ചയാണ്. ഒരു ജീവി, കരയിലും കടലിലും ആകാശത്തിലുമുള്ള ഏതൊരു ജീവിയായിരുന്നാലും, അതിൻറെ നിലനിൽപ്പിന് ആവശ്യമായ ശരീരഘടനയും ബുദ്ധിയും ഉണ്ട്. ഒരു പുഴുവിന് അതിൻറെ ആഹാരം കണ്ടുപിടിക്കാനും തിന്നാനും അറിയാം. ചിലന്തിക്ക് വല കെട്ടാനും അതിൻറെ ഇരയെ കണ്ടു പിടിക്കാനും അതിനെ കൊല്ലാനും തിന്നാനും ഒക്കെ അറിയാം.

ജീവൻറെ സൃഷ്ടിയിൽ മാത്രമല്ല ഈ പ്രകൃതിയിലും പ്രപഞ്ചത്തിലും ഉള്ള ഏതൊരു സൃഷ്ടി പരിശോധിച്ചാലും (സസ്യങ്ങൾ, ജന്തുക്കൾ, വായു, മണ്ണ്, വെള്ളം, നക്ഷത്രങ്ങൾ എന്നിങ്ങനെ ഏതും) അതിൻറെ പുറകിൽ അസാധാരണമായ ഒരു ബുദ്ധി ശക്തി പ്രവർത്തിച്ചിട്ടുണ്ടെന്ന് മനസ്സിലാക്കാം. ഉദാഹരണത്തിന് ആറ്റത്തിൻറെ ഘടന പരിശോധിയ്ക്കാം. ആറ്റത്തിൻറെ ന്യൂക്ലിയസിൽ പോസിറ്റീവ് ചാർജുള്ള പ്രോട്ടോണുകളെ അടുക്കി വെച്ചിരിക്കുന്നു. പോസിറ്റീവ് ചാർജുള്ള പ്രോട്ടോണുകൾ തമ്മിൽ വികർഷിച്ച് ന്യൂക്ലിയസ് തകരാതിരിക്കാൻ ബുദ്ധി പൂർവ്വം അതിനുള്ളിൽ ഗ്ലൂവോൺസുകളെ ഉപയോഗിച്ച് ന്യൂക്ലിയർ ഫോഴ്സിനേയും സൃഷ്ടിച്ചിരിക്കുന്നു. കൂടാതെ ന്യൂക്ലിയസ്സിന്റെ സ്ഥിരത നിലനിർത്താൻ ന്യൂട്രോണുകളെയും അതിനുള്ളിൽ വെച്ചിരിക്കുന്നു. ന്യൂക്ലിയസിന് ചുറ്റും ഇലക്ട്രോണുകൾ ചുറ്റി കൊണ്ടിരിക്കുന്നു. ഓരോ ആറ്റത്തിൻറെയും ഏറ്റവും പുറത്തുള്ള ഓർബിറ്റലിൽ 8 ഇലക്ട്രോൺ ഉണ്ടായാൽ ആറ്റത്തിന് സ്ഥിരത കൈവരും എന്ന രീതിയിൽ ആണ് ആറ്റത്തെ ഡിസൈൻ ചെയ്തിരിക്കുന്നത്. അങ്ങനെ ആറ്റങ്ങളെല്ലാം സ്ഥിരത കൈവരിക്കാനായി അതിൻറെ പുറത്തെ ഓർബിറ്റലിൽ 8 ഇലക്ട്രോണുകളെ കിട്ടാൻ ശ്രമിച്ചുകൊണ്ടിരിക്കും. എല്ലാ ആറ്റങ്ങളും 8 ഇലക്ട്രോൺ structure-നു വേണ്ടി ശ്രമിക്കുന്നതാണ് എല്ലാ രാസപ്രവർത്തനങ്ങൾക്കും കാരണമെന്ന് നമുക്കറിയാം. രാസപ്രവർത്തനങ്ങൾ വഴിയാണ് നമ്മൾ കാണുന്ന എല്ലാ അടിസ്ഥാന വസ്തുക്കളും ഉണ്ടായിത്തീർന്നിരിക്കുന്നത്.

ആറ്റങ്ങൾക്കും അതിനുള്ളിലെ മൗലിക കണങ്ങൾ ആയ ഇലക്ട്രോൺ, പ്രോട്ടോൺ, ന്യൂട്രോൺ, ഗ്ലൂവോൺ എന്നിവകൾക്കും നിശ്ചിതമായ functions ഉണ്ട്. അതിനാൽ, ആറ്റങ്ങളും ആറ്റത്തിനുള്ളിലെ മൗലിക കണങ്ങളും എല്ലാം അത്ഭുതകരമായ ഡിസൈനുകൾ ആണ്. ഒരു നിശ്ചിത രീതിയിൽ പ്രവർത്തിക്കാൻ കഴിയുന്ന ആറ്റം, എല്ലാ

വസ്തുക്കളുടെയും അടിസ്ഥാന ഘടമായിരിക്കുന്ന ആറ്റം, തനിയെ ഉണ്ടായിത്തീരുകയില്ല.

ഈ അനന്ത സൂക്ഷ്മമായ ബിൽഡിംഗ് ബ്ലോക്കുകൾ - ആറ്റങ്ങൾ - ഉപയോഗിച്ചുകൊണ്ടും അനുയോജ്യമായ ചുറ്റുപാടുകൾ സ്ഥാപിക്കുകയും അവയെ ഉചിതമായ പ്രകൃതി നിയമങ്ങളുമായി സംയോജിപ്പിക്കുകയും ചെയ്തുകൊണ്ടും, എല്ലാ ജീവജാലങ്ങളുമുൾപ്പെടെയുള്ള വിശാലമായ ഈ പ്രപഞ്ചത്തെ മുഴുവനും ദൈവം സൃഷ്ടിക്കുകയും ചെയ്തിരിക്കുന്നു.

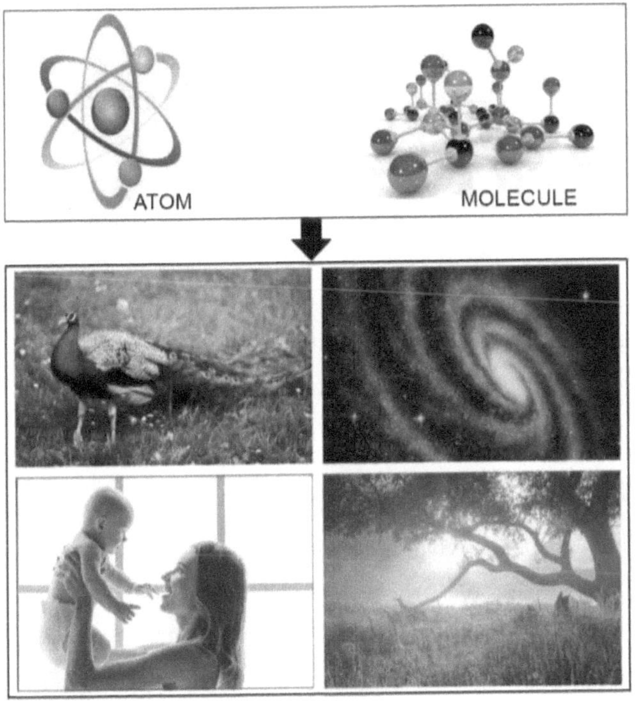

118 തരം ആറ്റങ്ങൾ ഉണ്ടെന്നും (നാച്ചുറലായി 92 തരം ആറ്റങ്ങൾ ആണുള്ളത്. ബാക്കി 26 ആറ്റങ്ങൾ ആർട്ടിഫിഷ്യൽ ആണ്) അതിൽ എല്ലാം നിശ്ചിതമായ ഒരു പാറ്റേൺ

കണ്ടെത്താൻ ആവുമെന്നും section-2 ൽ പറഞ്ഞു കഴിഞ്ഞു. അതായത് എല്ലാ ആറ്റങ്ങൾ തമ്മിലും പരസ്പര സാദൃശ്യമുണ്ടെന്നർത്ഥം. ആറ്റങ്ങൾ തമ്മിലുള്ള സാദൃശ്യം കണ്ടിട്ട് ഒരു ആറ്റം പരിണമിച്ചാണ് മറ്റ് ആറ്റങ്ങൾ ഉണ്ടായതെന്ന് പരിണാമ വാദികൾ പറയാത്തത് എന്തുകൊണ്ടാണ്?

സൃഷ്ടികർത്താവിൻറെ സൃഷ്ടിയിലെല്ലാം ഏകത്വത്തിൽ നാനാത്വം കാണാവുന്നതാണ്. ഉദാഹരണത്തിന് ആറ്റത്തിനുള്ളിലെ ന്യൂക്ലിയസിനു ചുറ്റും ഇലക്ട്രോണുകൾ ചുറ്റുന്നതും സൂര്യന് ചുറ്റും ഗ്രഹങ്ങൾ ചുറ്റുന്നതും തമ്മിൽ സാദൃശ്യം ഉണ്ട്. ഈ സൗദൃശ്യം കണ്ടിട്ട് ആറ്റം പരിണമിച്ചാണ് സൗരയൂഥം ഉണ്ടായത് എന്നും സൗരയൂഥം പരിണമിച്ചാണ് ആകാശഗംഗ എന്ന ഗാലക്സി ഉണ്ടായത് എന്നും പരിണാമവാദികൾ പറയാത്തത് എന്തുകൊണ്ടാണ്?

അതുപോലെ വിവിധ മോഡലുകളിലുള്ള കാറുകൾ തമ്മിൽ ധാരാളം സാദൃശ്യങ്ങൾ കാണാൻ സാധിക്കും. വിവിധ തരം വീടുകൾ തമ്മിലും സാദൃശ്യങ്ങൾ ഉണ്ട്. അതിനാൽ ഒരു കാർ പരിണമിച്ചാണ് മറ്റു കാറുകൾ ഉണ്ടായതെന്നും ഒരു വീടു പരിണമിച്ചാണ് മറ്റു വീടുകളുണ്ടായതെന്നും പറയാൻ സാധിക്കുമോ?

ജീവൻറെ സൃഷ്ടിയെന്ന് പറഞ്ഞാൽ ഏതോ ഒരു പ്രത്യേക ജീവിയുടെ സൃഷ്ടിയല്ല. അതൊരു ജീവശൃഗലയുടെ (ecosystem) സൃഷ്ടിയാണ്. സിംഹത്തിനെ സൃഷ്ടിക്കുമ്പോൾ അതിന് തിന്നാൻ ആവശ്യമായ ചെറു ജീവികളെയും ജീവിക്കാനാവശ്യമായ മറ്റു സാഹചര്യങ്ങളെയും സൃഷ്ടിക്കേണ്ടതുണ്ട്. അല്ലാത്തപക്ഷം ആ ജീവി നശിച്ചു പോകും. കരയിലും കടലിലും ആകാശത്തിലും ജീവിക്കുന്ന ജീവികളും വൃക്ഷലതാദികളും മലയും മഴയും മഞ്ഞും വെയിലും കാറ്റും ഒക്കെ അടങ്ങുന്ന പരസ്പരം

ബന്ധപ്പെട്ടുകിടക്കുന്ന പൂർണമായും balanced ആയിട്ടുള്ള ഒരു ecosystem തനിയെ ഉണ്ടായിത്തീരുക സാധ്യമല്ല.

വളർച്ച, ബുദ്ധി, മനസ്സ് എന്നതൊക്കെ മനുഷ്യബുദ്ധിക്ക് പിടികൊടുക്കാതെ നിൽക്കുന്ന അത്ഭുത പ്രതിഭാസങ്ങളാണ്. വളർച്ചയെന്ന അത്ഭുതപ്രതിഭാസത്തെ പറ്റി ഒരു നിമിഷം ആലോചിച്ചു നോക്കുക. ഗർഭപാത്രത്തിൽ ഒരു ഭ്രൂണം വളരാൻ തുടങ്ങുമ്പോൾ അതിൽ അവയവങ്ങൾ ഒന്നുമില്ല. എല്ലോ പല്ലോ തലച്ചോറോ ഒന്നുമില്ല. ഭ്രൂണം വളരാൻ തുടങ്ങുമ്പോൾ അതിൽ പതുക്കെ പതുക്കെ ടിഷ്യുകൾ ഉണ്ടാകുന്നു. അവയവങ്ങൾ ഉണ്ടാകുന്നു. എല്ലുകൾ ഉണ്ടാകുന്നു. തലയും തലച്ചോറും ഒക്കെ ഉണ്ടാകുന്നു. വളർച്ച എന്ന അത്ഭുതപ്രതിഭാസം തനിയെ ഉണ്ടായിത്തീർന്നു എന്ന് പറയുന്നതിൽ യുക്തിയുടെ ഒരു അംശം പോലും ഇല്ല.

തലച്ചോർ എന്ന അത്ഭുതത്തെപ്പറ്റി ഒരു നിമിഷം ആലോജിച്ചിട്ടുണ്ടോ? തലച്ചോറിൽ ഏതാണ്ട് 86 ബില്യൺ(8600 കോടി) ന്യൂറോണുകൾ ഉണ്ട്. പരസ്പരം കണക്റ്റ് ചെയ്യപ്പെട്ടുകിടക്കുന്ന ഈ ന്യൂറോൺ ശൃംഖലയിൽ ഇലക്ട്രിക്കൽ സിഗ്നൽ വഴിയും കെമിക്കൽ സിഗ്നൽ വഴിയും ആശയ വിനിമയം നടന്നുകൊണ്ടിരിക്കും. ബുദ്ധി എന്ന പ്രതിഭാസവും മനസ്സ് എന്ന പ്രതിഭാസവും തലച്ചോറിന്റെ പ്രവർത്തനവുമായി ബന്ധപ്പെട്ടിരിക്കുന്നു. ബുദ്ധിയുടെ രഹസ്യം കണ്ടുപിടിക്കാനായി ഇരുപതാം നൂറ്റാണ്ടിലെ ഏറ്റവും വലിയ ബുദ്ധിശാലികളിൽ ഒരാളായിരുന്ന ശാസ്ത്രജ്ഞനായിരുന്ന ആൽബർട്ട് ഐൻസ്റ്റീന്റെ തലച്ചോർ ഇപ്പോഴും സൂക്ഷിച്ചു വെച്ചിട്ടുണ്ട്. എങ്കിലും കണ്ടുപിടിക്കാൻ സാധിക്കാത്ത അത്ഭുതങ്ങൾ ആയി ബുദ്ധിയും മനസ്സും ഇപ്പോഴും അവശേഷിക്കുന്നു. ഒരു പക്ഷേ, വൈദ്യുത മണ്ഡലം,

ഗുരുത്വാകർഷണ മണ്ഡലം, കാന്തിക മണ്ഡലം എന്നിവ പോലുള്ള ഊർജ്ജ മണ്ഡലങ്ങളുടെ മറ്റൊരു വകഭേദം ആയിരിക്കാം മനസ്സ് എന്ന് പറയുന്നത്.

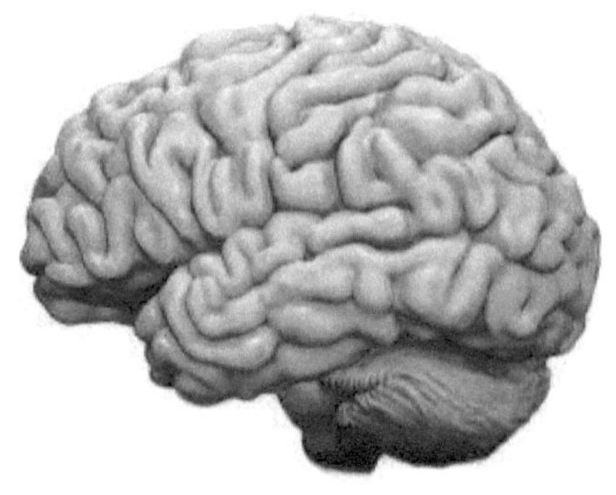

ഒരു ഇലക്ട്രിക് ബൾബും 2 വയറും ബാറ്ററിയും ഒരിടത്തു കൂട്ടിവെച്ചാൽ അവ തമ്മിൽ പരസ്പരം തനിയെ കണക്റ്റ് ചെയ്യപ്പെട്ട് ബൾബ് തനിയെ പ്രകാശിക്കുക ഇല്ല. വെറും നാലു പാർട്ടുകൾ മാത്രമടങ്ങിയ ഇത്രയും സിമ്പിൾ ആയ ഒരു ഇലക്ട്രിക് നെറ്റ്‌വർക്ക് പോലും തനിയെ ഉണ്ടായിത്തീരുകയില്ല എന്നിരിക്കെ, 8600 കോടി ന്യൂറോണുകളെ പരസ്പരം ബന്ധിപ്പിച്ചിട്ടുള്ള ഒരു ന്യൂറോൺ ശൃംഖലയെ ഉൾക്കൊള്ളുന്ന തലച്ചോർ, ബുദ്ധിയുടെയും മനസ്സിന്റെയും ഇരിപ്പിടവും അനേകം ശരീര പ്രവർത്തനങ്ങളെ നിയന്ത്രിക്കുകയും ചെയ്യുന്ന അത്ഭുത പ്രതിഭാസമായ തലച്ചോർ, തനിയെ ഉണ്ടായിത്തീർന്നത് എങ്ങനെയെന്ന് പരിണാമ വാദികൾക്ക് വിശദീകരിക്കാമോ? കോടിക്കണക്കിന് കൊല്ലങ്ങളിലൂടെ നടക്കുന്ന പരിണാമ പ്രക്രിയ വഴി ഇത് നടക്കുമെന്ന് നമ്മളെ പറഞ്ഞു വിശ്വസിപ്പിക്കാൻ പരിണാമവാദികൾക്ക് കഴിയുമല്ലോ.

8. പരിണാമ സിദ്ധാന്തം:

ഒരു പറഞ്ഞു വിശ്വസിപ്പിക്കൽ

ജീവികൾ തമ്മിലുള്ള പരസ്പര സാദൃശ്യത്തെ മാത്രമാണ് പരിണാമത്തിന് തെളിവായി പരിണാമ വാദികൾക്ക് കാണിക്കാനുള്ളത്. പരസ്പര സാദൃശ്യം പരിണാമത്തിന് തെളിവല്ലെന്നു മുൻപ് പറഞ്ഞു കഴിഞ്ഞു. പരിണാമ സിദ്ധാന്തത്തിന് പരീക്ഷണ നിരീക്ഷണങ്ങളുടെ തെളിവുകളില്ല. മാത്തമാറ്റിക്സ് മൂലം ഇത് തെളിയിക്കപ്പെട്ടിട്ടില്ല. സയൻസിൽ ഉള്ള ഏതെങ്കിലും പ്രൂവൻ കൺസെപ്റ്റ് ഉപയോഗിച്ചുള്ള തെളിവുകളും ഇതിനില്ല. ഇങ്ങനെ ശാസ്ത്രീയമായ യാതൊരു തെളിവുകളുമില്ലാത്ത പരിണാമ സിദ്ധാന്തത്തെയാണ് ശാസ്ത്രീയം ശാസ്ത്രീയം എന്ന് പരിണാമ വാദികൾ പറഞ്ഞു നടക്കുന്നത്. "കുങ്കുമത്തിൻറെ ഗന്ധം അറിയാതെ കുങ്കുമം ചുമക്കും പോലെ ഗർദഭം" എന്ന വരികളാണ് ഇത് കാണുമ്പോൾ ഓർത്തുപോകുന്നത്. ശാസ്ത്രം എന്താണെന്നറിയാതെ, ഒരു കൺസെപ്റ്റ് എങ്ങനെയാണ് തെളിയിക്കേണ്ടത് എന്ന് മനസ്സിലാക്കാതെ, പരിണാമ വാദികൾ ശാസ്ത്രത്തിൻറെ പേരിൽ ഈ മഹാവിഡ്ഢിത്തത്തെ പ്രചരിപ്പിച്ചുകൊണ്ടിരിക്കുന്നു.

പരിണാമ "വാദത്തെ" പരിണാമ "സിദ്ധാന്തം" എന്നു പറയുന്നത് തന്നെ തെറ്റാണ്. ഇതിനെ പരിണാമ സങ്കല്പം എന്നേ പറയാൻ പാടുള്ളൂ. പരീക്ഷണ നിരീക്ഷണങ്ങളുടെ പിൻബലമില്ലാത്ത ഒരു സങ്കല്പ മാത്രമാണിത്. അങ്ങനെ പരീക്ഷണ നിരീക്ഷണങ്ങളുടെ പിൻബലം ഇല്ലാത്ത ഒരു സങ്കല്പത്തെ "സിദ്ധാന്തം(Theory)" എന്ന് പറയുന്നത് തെറ്റാണ്.

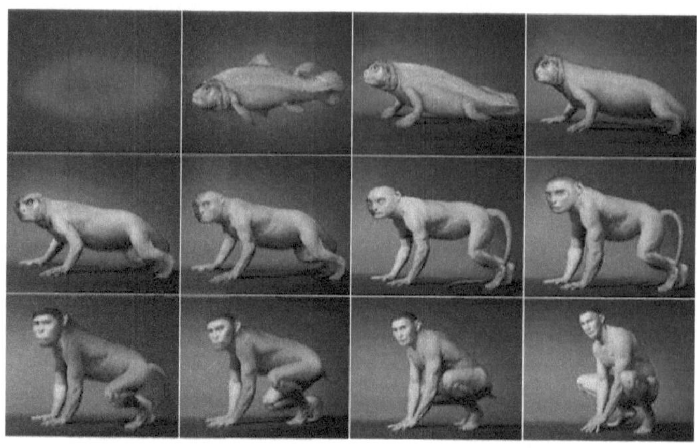

ശാസ്ത്രം എന്നാൽ അതു സത്യന്വേഷണമാണ്. 160 കൊല്ലങ്ങൾക്കു മുമ്പ് പരിണാമ സിദ്ധാന്തം രൂപകൽപ്പന ചെയ്യുമ്പോൾ അന്ന് അത് ശാസ്ത്രീയമായിരുന്നു. ഒരു സംഭവത്തിന്റെ കാരണം കണ്ടുപിടിക്കാൻ ശ്രമിക്കുമ്പോൾ അനുമാനങ്ങൾ നടത്തുക ശാസ്ത്രീയമാണ്. അതാണ് ഡാർവിൻ ചെയ്തത്. ശാസ്ത്രത്തിന് പറ്റിയ ഒരു തെറ്റായിരുന്നു അത്. ശാസ്ത്രത്തിൽ തെറ്റുകൾ സംഭവിക്കാറുണ്ട്. അനുമാനങ്ങളെ വിമർശനാത്മകമായി പരിശോധിക്കേണ്ടതും ശാസ്ത്രീയമായി തെളിയിക്കേണ്ടതും തെറ്റുണ്ടെങ്കിൽ തിരുത്തേണ്ടതും ആവശ്യമാണ്. എന്നാൽ ഡാർവിനുശേഷം വന്ന ശാസ്ത്ര പണ്ഡിതന്മാർ തെറ്റുകൾ കണ്ടുപിടിച്ചു തിരുത്താതെ ഒരു കൺസെപ്റ്റിനെ എങ്ങനെയാണ് ശാസ്ത്രീയമായി തെളിയിക്കേണ്ടത് എന്ന് മനസ്സിലാക്കാതെ ജീവികൾ തമ്മിലുള്ള സാദൃശ്യം ഇതിനുള്ള തെളിവാണെന്ന് അന്ധമായി പറഞ്ഞുകൊണ്ടും തെറ്റായ എന്നാൽ ഒറ്റനോട്ടത്തിൽ ശരിയെന്നു തോന്നുന്നതുമായ പ്രസ്താവനകൾ നടത്തിയും പരിണാമ സിദ്ധാന്തം ശരിയാണെന്ന് ലോകത്തെ വിശ്വസിപ്പിക്കാൻ ശ്രമിച്ചുകൊണ്ടേയിരുന്നു. ഈ അശാസ്ത്രീയത ഇന്നും തുടരുന്നു. ഇന്ന് അതൊരു പറഞ്ഞു വിശ്വസിപ്പിക്കൽ ആയി

മാറിയിരിക്കുന്നു. പറഞ്ഞു വിശ്വസിപ്പിക്കലിനെ അല്ല "ശാസ്ത്രം" എന്നു പറയുന്നത്.

ഉയരമുള്ള മരങ്ങളിലെ ഇലകൾ ഭക്ഷിക്കാനായി തലനീട്ടാൻ ശ്രമിച്ചതിൻറെ ഫലമായാണ് ജിറാഫിന് നീളമുള്ള കഴുത്ത് ഉണ്ടായതെന്ന് പറയുന്നതും വാൽമാക്രിയിൽ നിന്ന് നാലുകാലുള്ള തവളയിലേക്കുള്ള രൂപാന്തരണത്തെ മത്സ്യങ്ങളിൽ നിന്ന് കരയിലെ നാൽക്കാലികളിലേക്കുള്ള ഒരുകോടി വർഷത്തെ ജൈവ പരിണാമത്തിൻറെ തനിയാവർത്തനം നമുക്ക് കാണാമെന്നു പറയുന്നതും മ്യൂട്ടേഷൻ മൂലം ഉണ്ടാകുന്ന മാറ്റങ്ങൾ പരിണാമത്തിനു കാരണമാകുമെന്നു പറയുന്നതും കൂടുതൽ പ്രതിരോധ ശക്തിയാർജിച്ച ബാക്ടീരിയകളെ പറ്റിയും കൊറോണ വൈറസിൻറെ ഉദ്ഭവത്തെ പറ്റിയും പരിണാമത്തിനു ഉദാഹരണമായി പറയുന്നതും പരീക്ഷണ നിരീക്ഷണങ്ങളുടെ തെളിവില്ലാത്ത ശാസ്ത്രത്തിൻറെ ഗന്ധം പോലും ഇല്ലാത്ത വെറും പറഞ്ഞു വിശ്വസിപ്പിക്കലിൻറെ ചില ഉദാഹരണങ്ങളാണ്.

മ്യൂട്ടേഷൻ മൂലം ഉണ്ടാകുന്ന മാറ്റങ്ങളിൽ 99% ഉം നിലനിൽക്കില്ലെന്നും 1% നിലനിൽക്കുമെന്നും പറയുന്നത് എളുപ്പത്തിൽ പറഞ്ഞു വിശ്വസിപ്പിക്കാൻ വേണ്ടി പറയുന്ന ഒരു കണക്കാണ്. അല്ലാതെ, ഈ കണക്കിന് യാതൊരു അർത്ഥവുമില്ല. statistical study- യുടെ വെളിച്ചത്തിൽ മാത്രമേ ഇത്തരം കണക്കുകൾ പറയാൻ സാധിക്കുകയുള്ളൂ. ഇക്കാര്യത്തിൽ നടത്തിയ statistical study- യുടെ വിശദീകരണങ്ങൾ പറയാൻ പരിണാമ വാദികൾക്ക് കഴിയുമോ?

പറഞ്ഞു വിശ്വസിപ്പിക്കലിൻറെ പരിഹാസ്യമായ ചില ഉദാഹരണങ്ങൾ കൂടി പറയാം. പരിണാമ സിദ്ധാന്തത്തെപ്പറ്റിയുള്ള ഒരു ലേഖനത്തിലെ ഒരു പ്രസ്താവനയിൽ ഇങ്ങനെ പറയുന്നു. "ഭൂമിയിൽ ലഭ്യമായ ബഹുപൂരിപക്ഷം ആവാസവ്യവസ്ഥകളിലും അവിടുത്തെ സാഹചര്യങ്ങളിൽ ജീവിക്കാൻ കഴിയുന്ന ജീവികളെ കാണാം. പ്രകൃതി നിർദ്ധാരണം എന്ന പരിണാമ പ്രക്രിയ വഴിയാണ് അത് നടന്നത്. പരിണാമ സിദ്ധാന്തത്തിലൂടെയല്ലാതെ ഈ പ്രതിഭാസത്തെ വിശദീകരിക്കാൻ കഴിയില്ല. ദൈവസൃഷ്ടമാണ് ജീവികളെങ്കിൽ ഇത്തരം വൈവിധ്യത്തിന് സാധ്യതയില്ല".

ദൈവത്തിൻറെ ബുദ്ധിക്ക് ഇദ്ദേഹം പരിമതി കല്പിച്ചിരിക്കുന്നു! ഇദ്ദേഹം ഏതു യന്ത്രം ഉപയോഗിച്ചാണാവോ പോലും ദൈവത്തിൻറെ IQ നിർണയിച്ചത്!

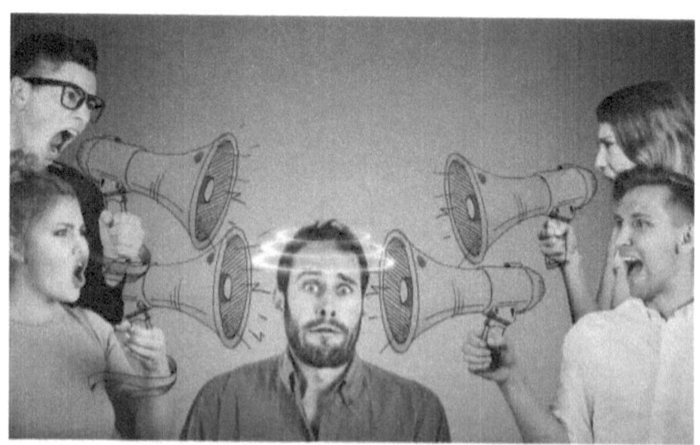

ജീവ ശാസ്ത്രത്തിലെ ഇന്നത്തെ അറിവുകളുടെ അടിസ്ഥാനം പരിണാമം എന്ന ആശയമാണന്നും പരിണാമത്തിൻറെ വെളിച്ചത്തിലല്ലാതെ ശാസ്ത്രത്തിലെ ഒരറിവിനും

അർത്ഥമില്ലന്നും പരിണാമ വാദികൾ പറയുന്നു. അതായത്, "എല്ലാ ജീവികളും പരിണമിച്ചാണ് ഉണ്ടായതെന്നു" പറഞ്ഞാലേ ശാസ്ത്രത്തിലെ അറിവിന് അർത്ഥമുണ്ടാവുകയയുള്ളത്രെ. അങ്ങനെയാണങ്കിൽ, പരിണാമ വാദത്തെപ്പറ്റി അറിയാത്തവരോ പരിണാമവാദത്തിൽ വിശ്വസിക്കാത്തവരോ ആയ ശാസ്ത്രജ്ഞർ നടത്തുന്ന കണ്ടുപിടുത്തങ്ങൾ എല്ലാം അർത്ഥമില്ലാത്തതായി പോകുമല്ലോ. അങ്ങനെ ആണങ്കിൽ, അവരൊന്നും ഗവേഷണങ്ങൾ നടത്തി കണ്ടുപിടുത്തങ്ങൾ നടത്താൻ പാടില്ലെന്ന് പറയേണ്ടി വരുമല്ലോ. ജീവ ശാസ്ത്രത്തിലെ ഇന്നത്തെ അറിവുകളുടെ അടിസ്ഥാനം പരിണാമം എന്ന അശയമാണന്നു പറയുന്നത് common sense തൊട്ടു തീണ്ടാത്ത പ്രസ്താവനയാണ്. ജീവ ശാസ്ത്രത്തിലെ ഇന്നത്തെ അറിവുകളുടെ അടിസ്ഥാനം തുടർച്ചയായി നടന്ന പരീക്ഷണ നിരീക്ഷണങ്ങളുടെ ഫലമാണ്. അല്ലാതെ "ജീവികൾ പരിണമിച്ചുണ്ടായതാണ്" എന്ന് പരിണാമ വാദികൾ പറഞ്ഞു കൊണ്ടിരുന്നതിനാൽ അല്ല ശാസ്ത്രം വളർന്നത്.

അസാധാരണമായ കോശ വിഭജനം മൂലം മനുഷ്യാവയവങ്ങളിൽ ഉണ്ടാകുന്ന ഒരു രോഗാവസ്ഥയാണ് കാൻസർ. ക്യാൻസർ പരിണാമത്തിന് ഉദാഹരണമാണെന്ന് കേരളത്തിലെ അറിയപ്പെടുന്ന ഒരു പരിണാമ വാദിയുടെ പ്രഭാഷണത്തിൽ പറയുന്നത് കേൾക്കുകയുണ്ടായി. ബോധക്ഷയം ഉണ്ടാക്കുന്ന ഇത്തരം പ്രസ്താവനകളും പറഞ്ഞു വിശ്വസിപ്പിക്കലിന്റെ അങ്ങേയറ്റം പരിഹാസ്യമായ ഉദാഹരണങ്ങളാണ്.

ഒരു വയസ്സുള്ള ഒരു കുട്ടിയുടെ ഫോട്ടോയും അതേ കുട്ടിയുടെ രണ്ടു വയസ്സുള്ള ഫോട്ടോയും കണ്ടാൽ വലിയ വ്യത്യാസം ഉണ്ടാകില്ല. എന്നാൽ ഒരു വയസ്സുള്ള കുട്ടിയുടെ ഫോട്ടോയും അതേ കുട്ടിയുടെ 25 വയസ്സിലെ ഫോട്ടോയും തമ്മിൽ വളരെയധികം വ്യത്യാസം ഉണ്ടായിരിക്കും. ഇതാണ്, കോടിക്കണക്കിനു കൊല്ലങ്ങളിലൂടെ ചെറിയ മാറ്റം വലിയ മാറ്റം ആകുമെന്നും അങ്ങനെ കൂടുതൽ പുരോഗതി പ്രാപിച്ച ജീവികൾ ഉണ്ടാകുമെന്നും പറഞ്ഞു വിശ്വസിപ്പിക്കാൻ വേണ്ടി പരിണാമ വാദികൾ ഉപയോഗിക്കുന്ന ഏറ്റവും നല്ല ഉദാഹരണങ്ങളിലൊന്ന്. കോടിക്കണക്കിന് കൊല്ലങ്ങളിലൂടെ നടക്കുന്ന മാറ്റങ്ങളെ നിരീക്ഷണത്തിലൂടെ മനസ്സിലാക്കാൻ ഏതാനും ദശകങ്ങൾ മാത്രം ആയുസ്സുള്ള മനുഷ്യന് സാധിക്കുകയില്ലാത്തതിനാൽ, അവർ പറയുന്നതെല്ലാം സത്യമാണെന്ന് കേൾക്കുന്നവർ എല്ലാം വിശ്വസിച്ചുപോകും. കോടി കൊല്ലങ്ങളുടെ കണക്ക് പറഞ്ഞുള്ള വിസ്തൃതം പറച്ചിലാണ് പരിണാമ വാദികൾ ഉപയോഗിക്കുന്ന ഏറ്റവും വലിയ വജ്രായുധം. ഈ വജ്രായുധം പ്രയോഗിച്ച് ഏതു ചോദ്യകർത്താവിനെയും നിശബ്ദരാക്കാൻ ഇവർക്കുള്ള പ്രാഗല്ഭ്യം ഒന്നു വേറെ തന്നെയാണ്.

ഇതുപോലെ പരിണാമത്തെപ്പറ്റിയുള്ള ഏതു വിശദീകരണം വായിച്ചാലും അതിലെല്ലാം "പറഞ്ഞു വിശ്വസിപ്പിക്കാൻ" വേണ്ടി പറയുന്ന വിഡ്ഢിത്തങ്ങളുടെ ഒരു പരമ്പര തന്നെ കാണാൻ സാധിക്കും.

അതുകൊണ്ട് പരിണാമ വാദം എന്ന് പറയുന്നത് നൂറു ശതമാനവും അശാസ്ത്രീയമായ ഒരു പഴഞ്ചൻ

സങ്കൽപ്പം മാത്രമാണ്. തികച്ചും അശാസ്ത്രീയമായ, യാതൊരു ശാസ്ത്രീയമായ തെളിവുകളും ഇല്ലാത്ത പരിണാമ സിദ്ധാന്തത്തെ ശാസ്ത്രത്തിന്റെ പേരിൽ പ്രചരിപ്പിച്ചുകൊണ്ട് പരിണാമ വാദികൾ ശാസ്ത്രത്തെ അപമാനിക്കുകയാണ് ശരിക്കും ചെയ്തുകൊണ്ട് ഇരിക്കുന്നത്.

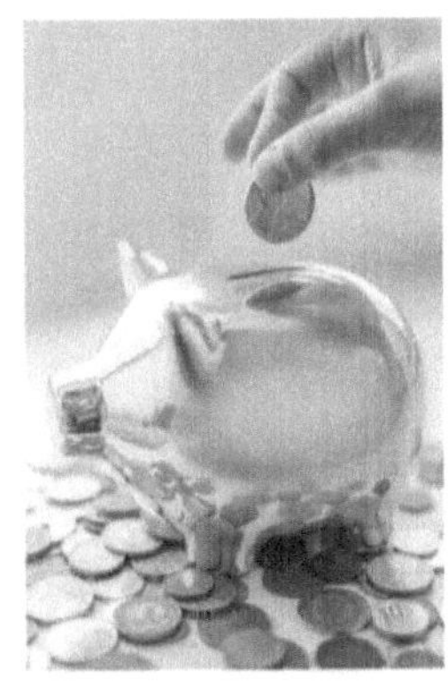

9. പരിണാമ സിദ്ധാന്തം: ചെറിയ മാറ്റങ്ങൾ വലിയ മാറ്റങ്ങൾ ആകുമോ?

ഒന്നിനു മറ്റൊന്നുമായുള്ള സാദൃശ്യം പ്രകൃതിസൃഷ്ടിയിൽ (ദൈവത്തിൻറെ സൃഷ്ടിയിൽ) എവിടെയും കാണാവുന്നതാണ്. അതുപോലെ, "ഒന്നുപോലെ മറ്റൊന്നില്ല" എന്നതും ഒരു ശാസ്ത്ര സത്യമാണന്ന് സന്ദർഭവശാൽ പറയട്ടെ. ഒന്നുപോലെ രണ്ടു മനുഷ്യർ ഇല്ല. ഒന്നുപോലെ രണ്ടു ജീവികൾ ഇല്ല. എന്തിന്, രണ്ടു ഇലക്ട്രോണുകൾ പോലും 100% ഒരുപോലെ ആയിരിക്കുക സാധ്യമല്ല. "സ്ഥല കാല വൈരുദ്ധ്യം" എന്നൊരു കൺസെപ്റ്റ് ശാസത്രത്തിലുണ്ട്. "ഒരേ സമയത്ത് ഒരേ സ്ഥലത്ത് രണ്ടു വസ്തുക്കൾക്ക് സ്ഥിതിചെയ്യാൻ സാധ്യമല്ല" എന്നാണ് ഇതു പ്രസ്താവിക്കുന്നത്. അതായത്, രണ്ടു വസ്തുക്കൾ ഏതെല്ലാം തരത്തിൽ ഒരുപോലെ ആയിരുന്നാലും സ്ഥല കാലത്തിലെങ്കിലും അവ വിഭിന്നമായിരിക്കും.

ഒരു ജീവിക്ക് മറ്റു ജീവികളും ആയുള്ള സാദൃശ്യം മാത്രമാണ് പരിണാമവാദികൾ പരിണാമ വാദത്തിന് തെളിവായി കാണിക്കുന്നത്. ഒരു ജീവിക്ക് മറ്റു ജീവികളും ആയുള്ള സാദൃശ്യം, അത് പ്രത്യക്ഷത്തിൽ ഉള്ള സാദൃശ്യമായാലും Molecular Biology യും Genetical Science ഉം ഉപയോഗിച്ചു തെളിയിക്കുന്ന

കോശാന്തര ഘടനയിലുള്ള സാദൃശ്യമായാലും പരിണാമ വാദത്തിന് തെളിവല്ല.

ഒരു ജീവിക്ക് മറ്റു ജീവികളും ആയുള്ള സാദൃശ്യത്തെപ്പറ്റി പറഞ്ഞുകൊണ്ട്, കോടി വർഷങ്ങളുടെ കണക്ക് പറഞ്ഞ്, ചെറിയ മാറ്റങ്ങൾ വലിയ മാറ്റങ്ങൾ ആകുമെന്ന് പറഞ്ഞ്, അങ്ങനെ പലതരത്തിലുള്ള ജീവികൾ ഉണ്ടാകുമെന്ന് പറഞ്ഞ് സ്വയം വിഡ്ഢികൾ ആവുകയും ലോകത്തെ വിഡ്ഢികളാക്കാൻ ശ്രമിച്ചുകൊണ്ടിരിക്കുകയുമാണ് പരിണാമ വാദികൾ ചെയ്തുകൊണ്ടിരിക്കുന്നത്.

ചെറിയ മാറ്റങ്ങൾ വലിയ മാറ്റമാകും എന്ന് പറയുന്നത് 100% തെറ്റാണ്. പ്രകൃതിയോട് പൊരുത്തപ്പെടുന്ന മാതിരി ഒരു ചെറിയ മാറ്റമുണ്ടാവുക അസാധ്യമാണ്. ഒരു ചെറിയ മാറ്റം പ്രകൃതിയോട് പൊരുത്തപ്പെടുന്ന മാറ്റമായി മാറണമെങ്കിൽ അതിനോട് അനുബന്ധമായി അനവധി മാറ്റങ്ങൾ ക്രമീകൃതമായി നടക്കേണ്ടതുണ്ട്.

ഉദാഹരണത്തിന് മീനിന് കാലുണ്ടാകുന്ന കാര്യമെടുക്കാം. ആദ്യം ഒരു എല്ലു മുളച്ചു എന്നിരിക്കട്ടെ. അതിന് കാലായി മാറണമെങ്കിൽ അതിനോട് അനുബന്ധമായി അനവധി മാറ്റങ്ങൾ നടക്കേണ്ടതുണ്ട്. കാലിൻറെ എല്ലുകളെ ശരീരത്തിൻറെ എല്ലുകളുമായി ബന്ധിപ്പിക്കണം. അതിന്

ആവശ്യമായ ജോയിന്റുകൾ ഉണ്ടാകണം. അതിനെ പ്രവർത്തിപ്പിക്കാൻ ആവശ്യമായ മസിലുകൾ ഉണ്ടാകണം. മസിലുകളെ പ്രവർത്തിപ്പിക്കാൻ ആവശ്യമായ ഇലക്ട്രിക് സിഗ്നലുകൾ ഉണ്ടാക്കാനാവശ്യമായ മാറ്റങ്ങൾ തലച്ചോറിൽ ഉണ്ടാകണം. തലച്ചോറിൽ നിന്നും മസിലുകളിലേക്ക് ഇലക്ട്രിക് സിഗ്നലുകളെ എത്തിക്കാൻ ആവശ്യമായ നാഡികൾ ഉണ്ടാവണം. അങ്ങനെ ഒട്ടനവധി മാറ്റങ്ങൾ ഒരുമിച്ചുണ്ടായാൽ മാത്രമേ അത് കാലായി നിലനിൽക്കുകയുള്ളൂ. ഇങ്ങനെ ഒട്ടനവധി കാര്യങ്ങൾ തനിയെ സംഭവിക്കുകയില്ല. ഒരു എല്ലുണ്ടായതിനുശേഷം അതിനോട് അനുബന്ധിച്ചുള്ള മാറ്റങ്ങൾ ഒരു ആയിരം വർഷത്തിനു ശേഷമാണ് നടക്കുന്നതെങ്കിൽ ആദ്യം ഉണ്ടായ എല്ല് ആയിരം കൊല്ലം പ്രകൃതിനിർദ്ധാരണം വഴി നിലനിൽക്കില്ല. ഇങ്ങനെ ഉണ്ടായ എല്ല് അടുത്ത ഒരു തലമുറയിലേക്കു പോലും കൈമാറ്റം ചെയ്യപ്പെടുകയില്ല. ഒരു മാറ്റം അടുത്ത തലമുറയിലേക്കു കൈമാറ്റം ചെയ്യപ്പെടണമെങ്കിൽ അതിനനുസൃതമായ ദശ ലക്ഷക്കണക്കിന് തന്മാത്രാ തലത്തിലുള്ള ക്രമീകരണങ്ങൾ ആവശ്യമായി വരുന്ന ജനിതക മാറ്റങ്ങളും സംഭവിക്കണം. ഒരു മാറ്റം ഉണ്ടായതിനുശേഷം അതിനോട് അനുബന്ധമായിട്ടുള്ള മറ്റു മാറ്റങ്ങൾ തനിയെ സംഭവിക്കുക അസാധ്യമാണ് (പ്രോബബിലിറ്റിയെ പറ്റി പറഞ്ഞ ഭാഗം റഫർ ചെയ്യുക).

ഒരു ജീവി ഉണ്ടായിത്തീരണമെങ്കിൽ, അതെങ്ങനെ ഉള്ളത് ആയിരിക്കണം എന്ന് ആദ്യമേ തീരുമാനിക്കപ്പെടണം. കോടിക്കണക്കിന് കൊല്ലങ്ങളിലൂടെ നടക്കുന്ന പരിണാമ പ്രക്രിയയിൽ ഇതു സാധ്യമല്ല. ഇതിനെപ്പറ്റി സെക്ഷൻ 0(iii) ൽ വിപുലീകരിച്ചിരിക്കുന്നത് റഫർ ചെയ്യുക. ഒരു ജീവി എങ്ങനെയായിരിക്കണമെന്ന് മുൻകൂട്ടി തീരുമാനിക്കപ്പെടണമെങ്കിൽ ഒരു ബുദ്ധി ശക്തി പ്രവർത്തിച്ചേ പറ്റൂ.

അതുകൊണ്ട് ചെറിയ മാറ്റങ്ങൾ കോടിക്കണക്കിന് കൊല്ലങ്ങളിലൂടെ വലിയ മാറ്റമാകും എന്നും അങ്ങനെ വേറെ വേറെ ജീവികൾ ഉണ്ടാകും എന്നും പറയുന്നത് വെറും ഒരു വിഡ്ഢിത്തമാണ്. ജീവികൾ തമ്മിൽ പരസ്പര സാദൃശ്യം ഉണ്ട് എന്ന കാരണത്താൽ ഒറ്റനോട്ടത്തിൽ ആർക്കും ശരിയെന്ന് തോന്നുന്ന ഒരു ആശയം എന്നതിൽ കവിഞ്ഞ് ഇതിന് യാതൊരു അർത്ഥവുമില്ലെന്നു മനസ്സിലാക്കി ശാസ്ത്ര ലോകം പരിണാമ സിദ്ധാന്തത്തെ ഒരു വിഡ്ഢിത്തമായും പഴങ്കഥയായും തള്ളിക്കളയേണ്ടതാണ്.

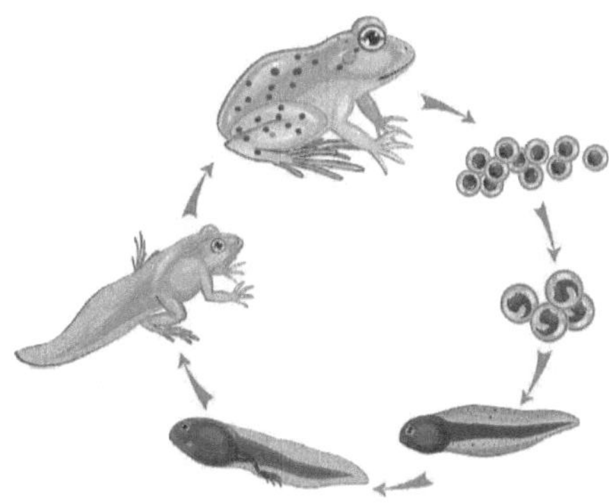

ഒരു ജീവിയിലുണ്ടാകുന്ന അഡാപ്റ്റീവ് മാറ്റം കാലക്രമേണ ഒരു ജനിതക മാറ്റത്തിലൂടെ മറ്റൊരു ജീവിയുടെ ഉല്പത്തിക്ക് കരണമാവുകയാണെങ്കിൽത്തന്നെ, അത് ആ പ്രത്യേക ജീവിയുടെ ബുദ്ധിപരമായ ഡിസൈനിന്റെ ഒരു ഡിസൈൻ സവിശേഷതയായി കണക്കാക്കണം. അല്ലതെ ഒരു ബുദ്ധിശക്തിയുടെ പങ്കാളിത്തമില്ലാതെ സംഭവിക്കുന്ന ഒരു പരിണാമ പ്രക്രിയയായി അതിനെ കണക്കാക്കുക സാധ്യമല്ല.

ഉദാഹരണത്തിന്, ഒരു സ്വയം-ഡ്രൈവിംഗ് കാർ പരിഗണിക്കുക: അതിന്റെ ചുറ്റുപാടുകൾ കണ്ടെത്തുന്നതിനും റോഡുകൾ നാവിഗേറ്റ് ചെയ്യുന്നതിനും സുരക്ഷിതമായ ഡ്രൈവിംഗിനായി തത്സമയ തീരുമാനങ്ങൾ എടുക്കുന്നതിനും വിപുലമായ

സെൻസറുകൾ, ക്യാമറകൾ, റഡാർ, ആർട്ടിഫിഷ്യൽ ഇൻറലിജൻസ് (AI) എന്നിവ ഉപയോഗിച്ച് സ്വതന്ത്രമായി പ്രവർത്തിക്കുന്ന ഒരു വാഹനമാണിത്. ട്രാഫിക് നിയമങ്ങൾ പാലിക്കുന്നതിനും തടസ്സങ്ങൾ കണ്ടെത്തുന്നതിനും ഒഴിവാക്കുന്നതിനും യാത്രക്കാരെ സുരക്ഷിതമായി ഒരിടത്തുനിന്നും മറ്റൊരിടത്തേക്ക് കൊണ്ടുപോകുന്നതിനുമാണ് ഈ കാറുകൾ രൂപകൽപ്പന ചെയ്തിരിക്കുന്നത്.

പാരിസ്ഥിതിക സമ്മർദ്ദങ്ങൾ ജീവജാലങ്ങളിലെ മാറ്റത്തെ സ്വാധീനിക്കുന്നതുപോലെ, ഒരു സെൽഫ്-ഡ്രൈവിംഗ് കാർ അതിൻറെ ബുദ്ധിപരമായ ഡിസൈൻ സവിശേഷതകളാൽ, സ്റ്റിയറിംഗ് കൺട്രോൾ, ബ്രേക്ക് ആക്ഷേഷൻ തുടങ്ങിയ ആന്തരിക ക്രമീകരണങ്ങളിലൂടെ റോഡിലെ വ്യത്യസ്ത സാഹചര്യങ്ങളുമായി ഓട്ടോമാറ്റിക്കായി പൊരുത്തപ്പെട്ടു പ്രവർത്തിയ്ക്കുന്നു അതുപോലെ, പ്രകൃതിയിൽ സഹചര്യങ്ങളുമായി പൊരുത്തപ്പെടാനുള്ള ഒരു ജീവിയുടെ ബുദ്ധിപരമായ ഡിസൈൻ സവിശേഷതകൾ ബാക്ടീരിയയിൽ കാണുന്നതു പോലെയുള്ള അഡാപ്റ്റീവ് മാറ്റങ്ങൾ ജനിതക മാറ്റങ്ങൾക്ക് കാരണമാകുന്നതു പോലുള്ള ക്രമീകരണങ്ങളെ അനുവദിക്കുകയാണെങ്കിൽ, പരിസ്ഥിതി

സമ്മർദ്ദങ്ങൾ ജനിതക മാറ്റങ്ങൾക്ക് ഇടയാക്കും. ഈ ഇൻറലിജൻറ് ഡിസൈൻ ഫീച്ചറുകൾ ഇല്ലാതെ, സ്വയം ഓടിക്കുന്ന കാറിൻറെ സ്റ്റിയറിംഗും ബ്രേക്കുകളും ക്രമരഹിതമായി പ്രവർത്തനക്ഷമമാക്കിയാൽ, അത് റോഡ് സാഹചര്യങ്ങളുമായി (പരിസ്ഥിതി സാഹചര്യങ്ങൾ) പൊരുത്തപ്പെടുന്നതിൽ പരാജയപ്പെടുകയും അനിവാര്യമായും അപകടങ്ങൾ മൂലം തകരുകയും ചെയ്യും. അതുപോലെ, ഒരു ഗൈഡഡ് ഇൻറലിജൻറ് ഡിസൈൻ ഇല്ലാതെ ജീവജാലങ്ങളിൽ ക്രമരഹിതവും മാർഗനിർദ്ദേശങ്ങൾ ഇല്ലാത്തതുമായ മാറ്റങ്ങൾ സംഭവിച്ചാൽ, അത് ആരോഗ്യ പ്രശ്നങ്ങൾക്കോ അല്ലെങ്കിൽ ജീവജാലങ്ങളുടെ നാശത്തിലേക്കോ നയിക്കും. പരിസ്ഥിതിയുമായുള്ള പൊരുത്തപ്പെടൽ ഒരിക്കലും സംഭവിക്കില്ല. വികസിത ബഹുകോശജീവികളിൽ പരിണാമ സിദ്ധാന്തത്തെ പിന്തുണയ്ക്കുന്ന ശാസ്ത്രീയമായ നിരീക്ഷണ പരീക്ഷണ തെളിവുകളൊന്നും തന്നെ ഇല്ല എന്നതും ശ്രദ്ധിക്കേണ്ടതാണ്. കൂടാതെ, വികസിത ജീവികളിൽ ഉള്ള കോശഘടന അഡാപ്റ്റീവ് മാറ്റങ്ങൾ ജെനറ്റിക്കൽ മാറ്റങ്ങൾ ആയി മാറാൻ സാധ്യമല്ലാത്ത തരത്തിൽ ഉള്ളതാണെന്നു ശാസ്ത്രം മനസ്സിലാക്കിയിട്ടുള്ളതുമാണ്. അതുകൊണ്ട് പരിണാമ സിദ്ധാന്തം കൂടുതൽ വികസിതവും സങ്കീർണ്ണവുമായ ജീവികൾക്ക് ബാധകമല്ല. ബാക്ടീരിയയും പഴ ഈച്ചകളും കൊതുകുകളും പോലെയുള്ള ലളിതമായ ജീവജാലങ്ങളിൽ പോലും, പരിസ്ഥിതിയുമായി പൊരുത്തപ്പെടാനുള്ള അവക്കുള്ള കഴിവുകൾ മൂലം പുതിയ സ്പീഷിസ് ഉണ്ടാകുന്നതുനുള്ള തെളിവുകൾ മാത്രമേ ഉള്ളു. അല്ലാതെ അടിസ്ഥാനപരമായി പുതിയതും വ്യത്യസ്തവുമായ ജീവജാലങ്ങളുടെ ആവിർഭാവത്തിനുള്ള യാതൊരു തെളിവുകളും ഇല്ല.

അതിനാൽ, പരിണാമ സിദ്ധാന്തം ബാക്ടീരിയ, പഴ ഈച്ച, കൊതുകുകൾ അല്ലെങ്കിൽ കൂടുതൽ വികസിത ജീവരൂപങ്ങൾ എന്നിങ്ങനെ ഒരു ജീവജാലങ്ങൾക്കും ബാധകമല്ല.

10. കമ്പ്യൂട്ടറും ജീവികളും

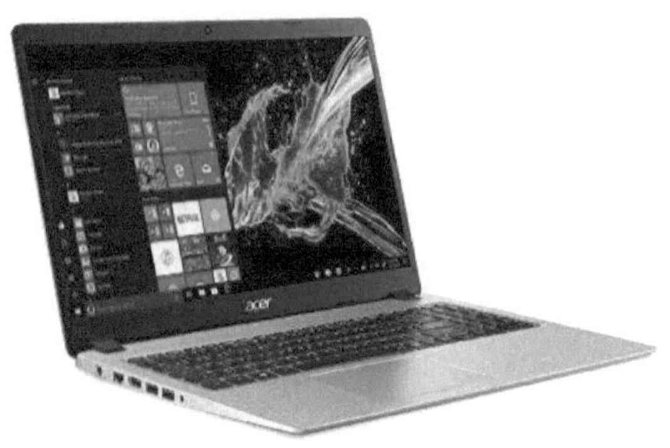

ഏറ്റവും അടിസ്ഥാനപരമായി നോക്കിയാൽ പ്രധാനമായും re-sistor, capacitor, diode, transistor, inductor തുടങ്ങിയ com-ponents ഉപയോഗിച്ചാണ് ഒരു കമ്പ്യൂട്ടർ ഉണ്ടാക്കിയിരിക്കുന്നത്. ആത്യന്തികമായി ഈ പാർട്ടുകൾ എല്ലാം പലതരത്തിലുള്ള Atoms-നാലും Molecules കളാലും നിർമ്മിക്കപ്പെട്ടിരിക്കുന്നവയാണ്. കമ്പ്യൂട്ടറിൻറെ ഏറ്റവും പ്രധാനപ്പെട്ട ഭാഗമായ Microcontroller-ൽ മേൽ പറഞ്ഞ തരത്തിലുള്ള പാർട്ടുകൾ ലക്ഷക്കണക്കിന് integrate ചെയ്തിട്ടുണ്ടായിരിക്കും. ഇത്തരം പാർട്ടുകൾ ഒന്നും തന്നെ ഓട്ടോമാറ്റിക് അല്ല. ഓട്ടോമാറ്റിക് അല്ലാത്ത പാർട്ടുകളെ വേണ്ടവിധത്തിൽ ക്രമീകരിച്ച് ബുദ്ധിപൂർവ്വം കൂട്ടി യിണക്കുമ്പോൾ അത് കമ്പ്യൂട്ടർ എന്ന ഓട്ടോമാറ്റിക് ഉപകരണം ആയി മാറുന്നു. അതുപോലെ അടിസ്ഥാനപരമായി നോക്കിയാൽ പലതരത്തിലുള്ള ആറ്റങ്ങളെ(Atoms) ഉപയോഗിച്ചാണ് ജീവശരീരം നിർമ്മിച്ചിരിക്കുന്നത്. പല തരത്തിലുള്ള ആറ്റങ്ങളെ ഉപയോഗിച്ച് പല തരത്തിലുള്ള തന്മാത്രകളെ(Molecules) ഉണ്ടാക്കിയിരിക്കുന്നു. പല തരത്തിലുള്ള തന്മാത്രകളെ (Mole-cules) ഉപയോഗിച്ചാണ് ശരീരത്തിലെ വിവിധ ഭാഗങ്ങൾ ഉണ്ടാക്കിയിരിക്കുന്നത്. Atoms-ഉം Molecules-ഉം ഒന്നും

ഓട്ടോമാറ്റിക് അല്ല. ഓട്ടോമാറ്റിക് അല്ലാത്ത പാർട്ടുകളെ വേണ്ട വിധത്തിൽ ക്രമീകരിച്ച് ബുദ്ധിപൂർവ്വം കൂട്ടിയിണക്കുമ്പോൾ കമ്പ്യൂട്ടർ എന്ന ഓട്ടോമാറ്റിക് ഉപകരണം ഉണ്ടായിത്തീരുന്നതുപോലെ, ഓട്ടോമാറ്റിക് അല്ലാത്ത അനവധി തരത്തിലുള്ള തന്മാത്രകളെ ബുദ്ധിപൂർവ്വം ക്രമീകരിച്ച് ബുദ്ധിപൂർവം കണക്ട് ചെയ്യുമ്പോൾ അത്ഭുതകരമായ ജീവശരീരം എന്ന ഓട്ടോമാറ്റിക് സിസ്റ്റം ഉണ്ടായിത്തീരുന്നു.

അതായത്, അത്യന്തികമായി നോക്കിയാൽ, ഈ പ്രപഞ്ചത്തിൽ നമ്മൾ കാണുന്ന ജീവനുള്ളതും ജീവനില്ലാത്തതും ആയ എല്ലാം ജീവനില്ലാത്ത atoms ഉം molecules ഉം ഉപയോഗിച്ച് ഡിസൈൻ ചെയ്യപ്പെട്ടവയാണ്. ഡിസൈനിൽ ഉള്ള വ്യത്യാസം അനുസരിച്ചാണ് ജീവനുള്ളതും ജീവൻ ഇല്ലാത്തതും ഒക്കെ ഉണ്ടായിത്തീരുന്നത്.

ജീവനുള്ളതിനെയും ജീവൻ ഇല്ലാത്തതിനെയും എല്ലാം ഉണ്ടാക്കിയിരിക്കുന്നത് ജീവനില്ലാത്ത **atoms** ഉം **molecules** ഉം ഉപയോഗിച്ചായതിനാൽ, പരസ്പര സാദൃശ്യം പരിണാമത്തിന് തെളിവാണെങ്കിൽ, ഈ പ്രപഞ്ചം മുഴുവനും ഉണ്ടായത് പരിണാമ പ്രക്രിയയിലൂടെയാണെന്ന് പറയേണ്ടിവരും.

അപ്പോൾ പിന്നെ, പരിണാമ വാദത്തിൽ നിന്ന് ജീവനില്ലാത്തതിനെ എല്ലാം ഒഴിവാക്കിയിരിക്കുന്നതും ജീവൻ ഉള്ളതിനെ മാത്രം ഉൾപ്പെടുത്തിയിരിക്കുന്നതും എന്തുകൊണ്ടാണെന്ന് പരിണാമ വാദികൾക്ക് വിശദീകരിക്കാമോ?

പരിണാമ സിദ്ധാന്തം ജീവനുള്ളവയ്ക്ക് മാത്രമേ ബാധകമാവുകയുള്ളെന്നു പറഞ്ഞു പരിണാമവാദികൾ ഇത്തരം ചോദ്യങ്ങളിൽനിന്നു രക്ഷപ്പെടാറുണ്ട്.

അങ്ങനെയാണെങ്കിൽ 360 കോടി കൊല്ലങ്ങൾക്കു മുമ്പ് ജീവനില്ലാത്ത മോളിക്യൂൾസുകൾ കൂടിച്ചേർന്നു ആദ്യത്തെ സിംഗിൾ സെൽ ഓർഗാനിസം എങ്ങനെയാണു ജലത്തിൽ ഉണ്ടായതെന്നു പരിണാമ വാദികൾ പറയേണ്ടതുണ്ട്.

എല്ലാ കാര്യങ്ങളും ശാസ്ത്രത്തിനറിയയില്ലെന്നും ശാസ്ത്രമത് അന്വേഷിച്ചു കൊണ്ടിരിക്കുകയാണ് എന്നുമൊക്കെ പറഞ്ഞു ഈ പ്രതിഭാസത്തിന്റെ ഉത്തരത്തിൽ നിന്നും പരിണാമ വാദികൾ രക്ഷപ്പെടുകതന്നെ ചെയ്യും.

Note: ഭൂമി എപ്പോഴാണ് ഉണ്ടായതെന്നും ഭൂമിയിൽ ജീവൻ എപ്പോഴാണ് ഉണ്ടായത് എന്നതിനെപ്പറ്റിയും ഒക്കെയുള്ള ശാസ്ത്രത്തിന്റെ കാലഗണന ശരിയായിരിക്കാം. ഭൂമിയിൽ ഒരു ജീവി തനിയെ ഉണ്ടായെന്നും അതു തനിയെ പരിണമിച്ചാണ് മറ്റെല്ലാ ജീവികളും ഉണ്ടായതെന്നും പ്രസ്താവിക്കുന്ന പരിണാമ സിദ്ധാന്തം തെറ്റാണെന്ന് മാത്രമേ പറയുന്നുള്ളൂ. ദൈവമാണ് എല്ലാറ്റിനെയും സൃഷ്ടിച്ചത് എന്ന് പറയുമ്പോൾ എങ്ങനെയാണ് സൃഷ്ടി നടത്തിയത് എന്ന് പറയുന്നില്ല. ദൈവം സൃഷ്ടി നടത്തിയത് എങ്ങനെ ആണെന്നും എപ്പോൾ ആണെന്നും എല്ലാ ജീവജാലങ്ങളും ഒരേസമയം സൃഷ്ടിക്കപ്പെട്ടതാണോ അല്ലെങ്കിൽ ക്രമേണ സൃഷ്ടിക്കപ്പെട്ടതാണോ, അല്ലെങ്കിൽ നിലവിലുള്ളവയുടെ പരിഷ്ക്കരണങ്ങളിലൂടെ വ്യത്യസ്ത ജീവിവർഗ്ഗങ്ങളെ സൃഷ്ടിച്ചതാണോ തുടങ്ങിയ കാര്യങ്ങളൊക്കെ ശാസ്ത്രം കണ്ടു പിടിക്കട്ടെ. ദൈവം എങ്ങനെയാണ് സൃഷ്ടി നടത്തിയതെന്ന് കണ്ടുപിടിക്കാൻ സാധിച്ചാൽ ജീവികളെ സൃഷ്ടിക്കാൻ ഒരിക്കൽ ശാസ്ത്രത്തിന് സാധിച്ചേക്കാം.

സൃഷ്ടി സിദ്ധാന്തം
പരിണാമ സിദ്ധാന്തം
സൃഷ്ടി സിദ്ധാന്തം
പരിണാമ സിദ്ധാന്തം

11. എന്താണ് ദൈവം

ഒരുപക്ഷേ ദൈവം എന്ന് പറയുന്നത് ഊർജ്ജം(energy) ആയിരിക്കാം. ദ്രവ്യവും(matter) ഊർജ്ജവും തമ്മിലുള്ള ബന്ധം $E=mc^2$ എന്ന ഇക്വേഷനിലൂടെ ആൽബർട്ട് ഐൻസ്റ്റീൻ സമർത്ഥിച്ചിട്ടുണ്ട്. ദ്രവ്യത്തെ ഊർജ്ജം ആക്കി മാറ്റാനാകും എന്ന് നമുക്ക് നന്നായി അറിയാം. ആറ്റം ബോംബിലും ന്യൂക്ലിയർ റിയാക്ടറിലും നക്ഷത്രങ്ങളിലും നടക്കുന്നത് ഇതാണല്ലോ. അതുകൊണ്ട് ദ്രവ്യം(matter) ഉണ്ടായത് ഊർജത്തിൽ(Energy) നിന്നുമായിരിക്കാം. അതുകൊണ്ട് ഈ ഭൂമിയും പ്രപഞ്ചവും എല്ലാം എല്ലാം ഉണ്ടായത് ഊർജത്തിൽ(Energy) നിന്നുമായിരിക്കാം. അതായത്, ഊർജ്ജം ദൈവമായതിനാൽ എല്ലാം എല്ലാം ഉണ്ടായത് ദൈവത്തിൽ നിന്നാണെന്നാണ് ഇതിന്റെ അർത്ഥം. **അതായത് ദൈവത്തിൽ നിന്നു തന്നെ എല്ലാത്തിനെയും ദൈവം സൃഷ്ടിച്ചു.**

വായുവിനേയും വൈദ്യുതിയേയും ഒന്നും നമുക്ക് കാണാൻ സാധ്യമല്ല. എങ്കിലും അതുണ്ടെന്നു വിശ്വസിക്കാൻ സാധിക്കുന്നത് അതിൻറെ സാന്നിധ്യം മനസിലാക്കാൻ സാധിക്കുന്നതുകൊണ്ടാണ്. അതുപോലെ ജീവനുള്ളതും ജീവനില്ലാത്തതുമായി പ്രകൃതിയിലുള്ളതെല്ലാം ദൈവ സൃഷ്ടിയാണന്നു മനസിലാക്കാൻ സാധിക്കുമ്പോൾ ദൈവ സാന്നിധ്യം മനസിലാക്കാൻ ഒരു ബുദ്ധിമുട്ടും ഉണ്ടാവില്ല. അപ്പോൾ ദൈവത്തിൽ പൂർണമായ വിശ്വാസവും ഉണ്ടായിത്തീരും. മറ്റൊരു തരത്തിൽ കൂടി ചിന്തിക്കാവുന്നതാണ്. മനുഷ്യനും മറ്റു ജീവികൾക്കും ബുദ്ധിയുണ്ട്. അതുപോലെ അതിനേക്കാളൊക്കെ വലിയൊരു ബുദ്ധിശക്തി ഈ പ്രകൃതിയിലും ഈ മുഴുവൻ പ്രപഞ്ചത്തിലും നിലനിൽക്കുന്നുണ്ടെന്നു മനസിലാക്കാനും ഒരു ബുദ്ധിമുട്ടും ഉണ്ടാവേണ്ടതില്ല.

Various Forms of Energy

ഫിസിക്സിലെ   ഊർജ്ജ   സംരക്ഷണ   നിയമം   പറയുന്നത്
പ്രകാരം   "ഊർജത്തെ   സൃഷ്ടിക്കാനോ   നശിപ്പിക്കാനോ
കഴിയില്ല; അത് ഒരു രൂപത്തിൽ നിന്ന് മറ്റൊന്നിലേക്ക് മാറ്റാനോ
അല്ലെങ്കിൽ   സിസ്റ്റങ്ങൾക്കിടയിൽ   കൈമാറ്റം   ചെയ്യാനോ
മാത്രമേ   കഴിയൂ".   ഈ   തത്വം   സൂചിപ്പിക്കുന്നത്
പ്രപഞ്ചത്തിലെ   മൊത്തം   ഊർജ്ജത്തിൻറെ   അളവ്

സ്ഥിരമായി തുടരുന്നു എന്നാണ്. അതിനാൽ, പ്രപഞ്ചത്തിലെ ഊർജ്ജം എല്ലാകാലത്തും നിലനിന്നിരുന്നു, അതുപോലെ എന്നെന്നേക്കും നിലനിൽക്കുകയും ചെയ്യും.

നമ്മൾ ഊർജ്ജത്തെ ദൈവവുമായി തുലനം ചെയ്താൽ, ഇതു സൂചിപ്പിക്കുന്നത്, ദൈവം എപ്പോഴും ഉണ്ടായിരുന്നു എന്നും ദൈവം എന്നും ഉണ്ടായിരിക്കും എന്നും ദൈവത്തിന് ജനനവും മരണവും ഇല്ലെന്നും ആണ്.

12. ആത്മാവ്

ആത്മാവിനെ പറ്റി ശാസ്ത്രത്തിന് ഒന്നും തന്നെ അറിയില്ല. ആത്മാവിനെ പറ്റി എല്ലാ മതങ്ങളിലും പ്രതിപാദിക്കുന്നുണ്ടെന്നതിനാലും മതങ്ങൾ ദൈവത്താൽ സൃഷ്ടിക്കപ്പെട്ടിരിക്കുന്നതിനാലും ആത്മാവ് ഉണ്ടെന്നുള്ളത് സത്യമാണ്. ആത്മാവിനെ പറ്റിയുള്ള വിശ്വാസങ്ങൾ അന്ധവിശ്വാസം എന്ന് പറഞ്ഞു തള്ളിക്കളയാതെ, ഗവേഷണം നടത്തി കാര്യങ്ങൾ മനസ്സിലാക്കാൻ ശാസ്ത്രം ശ്രമിക്കണം. അറിയാത്തതിനെ അന്ധവിശ്വാസം എന്ന് വിളിക്കൽ അല്ല ശാസ്ത്രമെന്നും അറിയാത്തതിനെ അറിയലാണ് ശാസ്ത്രം എന്നും ശാസ്ത്രം സത്യാന്വേഷണമാണെന്നും ആരും മറന്നുപോകരുത്.

ഒരു ഇലക്ട്രിക് മെഷീനിൽ current പ്രവേശിക്കുമ്പോൾ അതു പ്രവർത്തിക്കാൻ തുടങ്ങുന്നതു പോലെ ആത്മാവ് ശരീരത്തിൽ പ്രവേശിക്കുമ്പോൾ ആയിരിക്കണം ശരീരം പ്രവർത്തിക്കാൻ തുടങ്ങുന്നതും ശരീരത്തിന് ജീവനുണ്ടാകുന്നതും. അതുകൊണ്ട് ആത്മാവ് എന്നു പറയുന്നത് എനർജിയുടെ ഒരു രൂപമായിരിക്കാം. Current നിന്നു പോകുമ്പോൾ ഇലക്ട്രിക് മെഷീൻ നിശ്ചലമാകുന്നത് പോലെ ആത്മാവ് ശരീരത്തെ വിട്ടുപോകുമ്പോൾ മരണം സംഭവിക്കുന്നു.

വൈദ്യുതി നിലച്ചു പോകുവാനുള്ള കാരണമെന്താണെന്ന് കണ്ടെത്തി, കാരണത്തെ പരിഹരിക്കുകയും വൈദ്യുത ബന്ധം പുനഃസ്ഥാപിക്കാൻ സാധിക്കുകയും ചെയ്താൽ നിശ്ചലമായ ഇലക്ട്രിക് മെഷീൻ വീണ്ടും പ്രവർത്തിക്കാൻ തുടങ്ങും. അതുപോലെ മരണം സംഭവിക്കാനുള്ള ശാരീരിക കാരണങ്ങളെ പരിഹരിച്ചതിന് ശേഷം ശരീരം വിട്ടുപോയ ആത്മാവിൻറെ സ്രോതസ്സ് കണ്ടെത്തി, ആത്മാവിനെ തിരിച്ചുകൊണ്ടുവരാൻ സാധിച്ചാൽ മരിച്ച മനുഷ്യനെ ജീവിപ്പിക്കാൻ ഒരുപക്ഷെ ശാസ്ത്രത്തിന് സാധിച്ചേക്കാം. എങ്കിലും, മരിച്ചതിനുശേഷം മരണകാരണത്തെ പരിഹരിക്കുക ഇപ്പോഴുള്ള അറിവുപയോഗിച്ചു അസാധ്യമായതിനാൽ മരിച്ച മനുഷ്യനെ വീണ്ടും ജീവിപ്പിക്കുകയെന്നത് ഇപ്പോഴത്തെ ശാസ്ത്രത്തിനു സങ്കല്പിക്കാൻ സാധ്യമല്ലാത്ത കാര്യമാണ്.

ദൈവം മനുഷ്യനെ സൃഷ്ടിച്ചപ്പോൾ അതിനോട് അനുബന്ധമായി മനുഷ്യനുവേണ്ടി സൃഷ്ടിക്കപ്പെട്ട രണ്ടു പ്രധാനപ്പെട്ട സൃഷ്ടികളാണ് മതത്തിൻറെയും ആയുർവേദത്തിൻറെയും സൃഷ്ടികൾ. അതിനാൽ ഈ രണ്ടു കാര്യങ്ങളെ പറ്റിയും കൂടി അടുത്ത അദ്ധ്യായങ്ങളിൽ പ്രതിപാദിക്കുന്നു.

13. മതങ്ങൾ

മനുഷ്യൻ സമൂഹജീവിയായി ജീവിക്കാൻ തുടങ്ങിയപ്പോൾ പരസ്പരം സ്നേഹിച്ചും സംസ്കാര സമ്പന്നരായും എങ്ങനെ ജീവിക്കണം എന്ന് അവനെ പഠിപ്പിക്കേണ്ടത് ആവശ്യമായി വന്നു. അതിനായി ഈ അറിവുകൾ ജന്മനാൽ നൽകി ദൈവം പ്രത്യേകം ദൈവദൂതന്മാരെ ലോകത്തിൻറെ പല ഭാഗങ്ങളിൽ സൃഷ്ടിച്ച് മത ഗ്രന്ഥങ്ങൾ അവരിൽ കൂടി എഴുതിവച്ചു. ക്രിസ്തുവും നബിയും വാല്മീകിയും വാൽസ്യായനും ഒക്കെ ലോകത്തിൻറെ പല ഭാഗങ്ങളിൽ സൃഷ്ടിക്കപ്പെട്ടത് ഇങ്ങനെയാണ്. അവരിൽ കൂടിയാണ് ബൈബിൾ, ഖുർആൻ, രാമായണം, മഹാഭാരതം, എന്നിങ്ങനെയുള്ള ഗ്രന്ഥങ്ങൾ രചിക്കപ്പെട്ടത്.

ദൈവ സൃഷ്ടിയിൽ എവിടെയും കാണാവുന്ന നാനാത്വത്തിൽ ഏകത്വം മതത്തിൻറെ സൃഷ്ടിയിലും കാണാവുന്നതാണ്. ഏകത്വം എന്ന് പറയുന്നത് പരസ്പര സാദൃശ്യത്തേയും

നാനാത്വം എന്നു പറയുന്നത് പരസ്പര വ്യത്യാസത്തെയും ആണ്. "ഒന്നുപോലെ മറ്റൊന്നില്ല" എന്ന ശാസ്ത്ര സത്യത്തെ പറ്റി മുൻപ് പ്രസ്താവിച്ചത് (Section-9) വീണ്ടും റഫർ ചെയ്യാവുന്നതാണ്. മനുഷ്യനെ എങ്ങനെ ജീവിക്കണമെന്നാണ് എല്ലാ മതങ്ങളും പഠിപ്പിക്കുന്നത് എങ്കിലും പഠിപ്പിക്കുന്ന രീതിയിലും വിശ്വാസ പ്രമാണങ്ങളിലും ആരാധനാ രീതികളിലും ഒക്കെ അവ പരസ്പരം വ്യത്യാസപ്പെട്ടിരിക്കുന്നു.

അനന്ത സൂക്ഷ്മമായ പരമാണുക്കളെ കൊണ്ട് അനന്ത വിശാലമായ പ്രപഞ്ചത്തെയും ജീവജാലങ്ങളെയും സൃഷ്ടിച്ച ഈശ്വരൻ പ്രപഞ്ചം മുഴുവനും നിറഞ്ഞു നിൽക്കുന്ന ശക്തിയാണ്. അങ്ങനെയുള്ള, രൂപങ്ങൾ ഇല്ലാത്തതും അദൃശ്യനും ആയ ഈശ്വരനെ ധ്യാനിക്കുമ്പോൾ ഈശ്വരനെ മനസ്സിൽ സങ്കൽപ്പിക്കാൻ ഒരു രൂപം അഥവാ ഒരു ഉപാധി ആവശ്യമാണ്. ഈശ്വരന്റെ പ്രതിമയോ ഫോട്ടോയോ സിംബലോ ഒക്കെ ഈശ്വര രൂപം മനസിൽ സങ്കൽപ്പിക്കുവാൻ സഹായിക്കുന്ന ഉപാധികളായി ഉപയോഗിക്കാവുന്നതാണ്. ഈ ഉപാധികൾക്ക് പലതരത്തിലുള്ള പേരുകളും രൂപങ്ങളും ഒക്കെ ആവാം. ഈശ്വര ശക്തിയെ മനസ്സിൽ സങ്കൽപ്പിക്കുവാൻ സഹായിക്കുന്ന ഏറ്റവും അനുയോജ്യമായ ഉപാധികളെ ഏതൊരു വ്യക്തിക്കും അവനവന്റെ വിശ്വാസപ്രകാരം തിരഞ്ഞെടുക്കാവുന്നതാണ്. ഈശ്വര വിശ്വാസം മനുഷ്യരിൽ ഉണ്ടായിത്തീരുന്നത് മതവിശ്വാസങ്ങളിൽ നിന്നായതുകൊണ്ട് മതവിശ്വാസങ്ങൾ പ്രകാരമുള്ള ഉപാധികളെ ഈശ്വര ധ്യാനത്തിന് ഉപയോഗിക്കുന്നത് ഏറ്റവും ഉചിതമായിരിക്കും.

സ്വന്തം മതമാണ് ഏറ്റവും ഉത്തമം എന്ന് പറഞ്ഞഹങ്കരിക്കുകയും മറ്റു മതങ്ങളെ ആക്രമിക്കുകയും

അവരുടെ വിശ്വാസ രീതികളേയും ആരാധനാ രീതികളെയും അവഹേളിക്കുകയും ചെയ്യുന്നവർ വിശ്വശക്തിയുടെ സൃഷ്ടി രഹസ്യത്തെ പറ്റി മനസ്സിലാക്കാതെ സ്വന്തം മതത്തെയും സ്വന്തം മതത്തിന്റെ മഹത്തായ ആശയങ്ങളെയും തന്നെ ആണ് അവഹേളിക്കുന്നത് എന്ന് മനസ്സിലാക്കേണ്ടതാണ്. ഇങ്ങനെ മറ്റു മതങ്ങളെ ദ്രോഹിക്കുന്നവർ സ്വന്തം മതത്തിനെ തന്നെയാണ് ദ്രോഹിക്കുന്നത് എന്ന് മനസ്സിലാക്കി അതാത് മതക്കാർ തന്നെ അവർക്കു വേണ്ട ശിക്ഷാനടപടികൾ നടപ്പിലാക്കണമെന്ന് മനുഷ്യസമൂഹം ശരിയായി മനസ്സിലാക്കേണ്ടതാണ്.

ഈശ്വര ധ്യാനത്തിനുള്ള ഉപാധികൾക്ക് (പ്രതിമ, ഫോട്ടോ, സിംബലുകൾ എന്നിങ്ങനെ)പല പേരുകളും രൂപങ്ങളും ഉണ്ട് എന്നുള്ളതുകൊണ്ട് ഈശ്വരൻ പലതാകുന്നില്ല എന്നതും ഈശ്വരൻ ഒന്നേ ഉള്ളൂ എന്നും എല്ലാവരും വ്യക്തമായി മനസ്സിലാക്കേണ്ടതാണ്.

14. ആയുർവേദം

മനുഷ്യനെ സൃഷ്ടിച്ച ദൈവം അവനു ആഹാരത്തിനും മരുന്നിനും ആവശ്യമായ സസ്യജാലങ്ങളെയും സൃഷ്ടിച്ചു. മാനസികവും ശാരീരികവുമായ ആരോഗ്യം നിലനിർത്താൻ ആവശ്യമായ ആഹാര രീതികളെ പറ്റിയും മരുന്നുകളെ പറ്റിയും ആയുർവേദത്തിൽ വിവരിക്കുന്നുണ്ട്.

ആയുർവേദ മരുന്നുകൾ എഴുതപ്പെട്ട കാലത്ത് പരീക്ഷണശാലകൾ ഒന്നും ഇല്ലായിരുന്നു. അനവധി പച്ചമരുന്നുകൾ ഉപയോഗിച്ചാണ് മിക്കവാറും എല്ലാ ആയുർവേദ മരുന്നുകളും ഉണ്ടാക്കിയിരിക്കുന്നത്. ദശലക്ഷക്കണക്കിനുള്ള സസ്യ ജാലങ്ങളിൽ നിന്ന് ഔഷധച്ചെടികളെ വേർതിരിച്ചറിയുകയും സസ്യങ്ങളുടെ ഇന്ന ഇന്ന ഭാഗങ്ങൾ ഇന്ന ഇന്ന അളവിൽ ഇന്ന ഇന്ന രീതിയിൽ പാകപ്പെടുത്തി ഇന്ന ഇന്ന രീതിയിൽ കലർത്തി ഇന്ന ഇന്ന രീതിയിൽ കഴിച്ചാൽ ഇന്ന ഇന്ന രോഗങ്ങൾ മാറും എന്നു മനസ്സിലാക്കാൻ മനുഷ്യ ബുദ്ധിക്ക് സാധ്യമല്ല. അതിനാൽ ഔഷധ സസ്യങ്ങളെ പറ്റിയും അത് ഉപയോഗിച്ച്

മരുന്നുകൾ ഉണ്ടാക്കേണ്ട രീതികളെ പറ്റിയും മരുന്ന് കഴിക്കേണ്ട രീതികളെ പറ്റിയും തുടങ്ങി അത് സംബന്ധമായ എല്ലാ അറിവുകളും മനുഷ്യരാശിക്ക് നൽകുവാനായി ആ അറിവ് ജന്മനാൽ നൽകി ദൈവം മഹർഷിമാരെ സൃഷ്ടിച്ചു. അവരിൽ കൂടിയാണ് ആയുർവേദ ഗ്രന്ഥങ്ങൾ എഴുതി വയ്ക്കപ്പെട്ടത്. ചരക സംഹിത, സുശ്രുത സംഹിത, അഷ്ടാംഗഹൃദയം മുതലായ ആയുർവേദ ഗ്രന്ഥങ്ങൾ ഇങ്ങനെ എഴുതി വെക്കപ്പെട്ടവയാണ്.

ജന്മനാൽ കിട്ടുന്ന അറിവിനും പഠിച്ചുണ്ടാകുന്ന അറിവിനും വ്യത്യാസമുണ്ടെന്ന് ഇത്തരുണത്തിൽ ഓർമ്മിക്കേണ്ടതാണ്. ജനിച്ചതിനു ശേഷം പഠിച്ച് അറിവു നേടുകയും ആ അറിവിനെ ജീവിക്കാനായി ഉപയോഗിക്കുകയും അടുത്ത തലമുറകളിലേക്ക് കൈമാറ്റം ചെയ്യുകയും ചെയ്യുന്ന ഒരേയൊരു ജീവി മനുഷ്യനാണ് (പോലീസ് നായയേയും സർക്കസിലെ ജീവികളെയും പോലെ മനുഷ്യന്റെ പരിശീലനത്തിൽ നിന്നും പഠിക്കുന്ന ജീവികളുണ്ട്. എങ്കിലും ആ അറിവ് അവയുടെ നിലനിൽപ്പിന് ആവശ്യമില്ല എന്നുള്ളതും അത് അടുത്ത തലമുറകളിലേക്ക് കൈമാറ്റം ചെയ്യപ്പെടുകയില്ലെന്നതും ഓർമ്മിക്കേണ്ടതാണ്). ചിലന്തി വല കെട്ടുന്നതും കുരുവി കൂടുണ്ടാക്കുന്നതും സിംഹത്തിന് അതിന്റെ ഇരയെ കണ്ടുപിടിക്കാൻ സാധിക്കുന്നതും ഒക്കെ അവയ്ക്ക് ദൈവം ജന്മനാൽ കൊടുക്കുന്ന അറിവ് ഉപയോഗിച്ചാണ്. ഋഷീശ്വരന്മാർ ആയുർവേദ ഗ്രന്ഥങ്ങൾ എഴുതി വച്ചത് അവർക്ക് ദൈവം ജന്മനാൽ നൽകിയ അറിവ് ഉപയോഗിച്ചാണെന്നും പരീക്ഷണങ്ങൾ നടത്തിയും പഠിച്ചും കിട്ടിയ അറിവ് ഉപയോഗിച്ചല്ല എന്നും പ്രത്യേകം മനസ്സിലാക്കേണ്ടതാണ്.

ശാസ്ത്രീയ പരീക്ഷണങ്ങൾ നടത്തി ആയുർവേദ മരുന്നുകളുടെ ഫലപ്രാപ്തിയെ തെളിയിച്ചിട്ടില്ല എന്ന കാരണം പറഞ്ഞ്, അത് മനുഷ്യശരീരത്തിൽ പ്രവർത്തിച്ചു എങ്ങനെയാണ് അസുഖത്തെ മാറ്റുന്നതെന്ന് തെളിയിച്ചിട്ടില്ല എന്ന കാരണം പറഞ്ഞ്, ആയുർവേദത്തെ "കപടശാസ്ത്രം" എന്ന് വിളിക്കുന്ന യുക്തിവാദികൾ ഉണ്ട്. "കുങ്കുമത്തിന്റെ ഗന്ധം അറിയാതെ കുങ്കുമം ചുമക്കുന്ന ഗർദഭങ്ങൾ" ആണ് ഇവർ. ശാസ്ത്രം എന്താണെന്നറിയാതെ, ശാസ്ത്രം എങ്ങനെ ആയിരിക്കണം എന്നറിയാതെ, ഒരു കാര്യത്തെ ശാസ്ത്രീയമായി എങ്ങനെയാണ് തെളിയിക്കേണ്ടത് എന്ന് അറിയാതെ, ശാസ്ത്രം പറയുന്നവരാണ് ഇവർ. അന്തിമമായി ഏതൊരു product- ന്റെയും (അത് ഒരു മരുന്നാകാം, ഒരു ഇലക്ട്രോണിക്സ് സിസ്റ്റം ആകാം, ഒരു മെക്കാനിക്കൽ സിസ്റ്റം ആവാം അങ്ങനെ ഏതെങ്കിലും തരത്തിലുള്ള ഒരു ഡിസൈൻ ആവാം) ഗുണമേന്മ തെളിയിക്കുന്നത് അതിന്റെ functional verification നടത്തിയാണ്. ആയുർവേദ മരുന്നുകളുടെ ഗുണ മേന്മ, പാർശ്വഫലങ്ങൾ ഇല്ലാതെ അസുഖങ്ങൾ സുഖപ്പെടുത്താനുള്ള അതിന്റെ കഴിവ്, സഹസ്രാബ്ദങ്ങളായി മനുഷ്യരുടെ ഉപയോഗത്തിലൂടെ തെളിയിക്കപ്പെട്ടിട്ടുള്ളതാണ്. പരീക്ഷണ നിരീക്ഷണങ്ങളിലൂടെ അതിന്റെ ഗുണമേന്മ തെളിയിക്കപ്പെട്ടിട്ടില്ല എങ്കിൽ, അത് എങ്ങനെയാണ് അസുഖങ്ങളെ മാറ്റുന്നതെന്ന് തെളിയിക്കപ്പെട്ടിട്ടില്ല എങ്കിൽ, അത് പരീക്ഷണ നിരീക്ഷണങ്ങളുടെ limitations ആണെന്നും അല്ലാതെ അത് ആയുർവേദ മരുന്നുകൾക്ക് ഗുണമില്ല എന്നുള്ളതിന് തെളിവല്ല എന്നും മനസ്സിലാക്കി യുക്തി വാദികളുടെ യുക്തി ശൂന്യമായ വാദങ്ങളെ തള്ളിക്കളയേണ്ടതാണെന്നു എല്ലാവരും മനസ്സിലാക്കേണ്ടതാണ്.

പഞ്ചഭൂത സങ്കൽപ്പത്തെ അടിസ്ഥാനമാക്കിയുള്ളതാണ് ആയുർവേദം എന്നതാണ് യുക്തി വാദികൾ ആയുർവേദത്തെ ആക്രമിക്കാനുള്ള മറ്റൊരു കാരണം. സംഭവിക്കുന്ന എല്ലാ സംഭവങ്ങളും സത്യമാണെന്നും സംഭവത്തിനു പറയുന്ന കാരണങ്ങളാണ് തെറ്റായി പോകാറുള്ളത് എന്നും എല്ലാവരും മനസ്സിലാക്കേണ്ടതാണ്. പറയുന്ന കാരണം തെറ്റായി പോകുമ്പോൾ അല്ലെങ്കിൽ മനസ്സിലാക്കാൻ കഴിയാതെ പോകുമ്പോൾ സംഭവങ്ങൾ തന്നെ തെറ്റാണെന്ന് പറയുന്ന രീതിയാണ് യുക്തി വാദികളുടേത്. ആയുർവേദ മരുന്നുകളുടെ രോഗശമന ശേഷി പ്രായോഗികമായി തെളിയിക്കപ്പെട്ടിട്ടുള്ളതാണെങ്കിലും പഞ്ചഭൂത സങ്കലപ്ത്തെ മനസ്സിലാക്കാൻ സാധിക്കാത്തതിനാൽ ആയുർവേദം തന്നെ തെറ്റാണെന്നും അത് കപടശാസ്ത്രമാണെന്നും പറയുന്നത് യുക്തിവാദികളുടെ യുക്തി ശൂന്യതക്ക് തെളിവാണ്.

ആയുർവേദം പഞ്ചഭൂത സങ്കൽപ്പത്തെ അടിസ്ഥാനം ആക്കിയുള്ളതാണ് എന്ന് പറയുമ്പോൾ അത് ഒരു block level representation ആണെന്നും അത് Atomic level-ലും Molecular level-ലും ഉള്ള വിശദീകരണം അല്ലെന്നും മനസ്സിലാക്കേണ്ടതാണ്. ഒരു വീട് ഉണ്ടാക്കുന്നതിനെ പറ്റി പറയുമ്പോൾ അതിനായി ഉപയോഗിക്കുന്ന atoms സിനെ പറ്റിയും molecules നെ പറ്റിയും പറയേണ്ട കാര്യമില്ല. അതിനായി ഉപയോഗിക്കുന്ന ഇഷ്ടിക, കല്ല്, മണൽ, കമ്പി, മരം തുടങ്ങിയ വിവിധതരം ബ്ലോക്കുകളെ പറ്റിയൊക്കെ പറഞ്ഞാൽ മതിയല്ലോ. ഭൂമി, ജലം, അഗ്നി, വായു, ആകാശം മുതലായ പഞ്ച ഭൂതങ്ങൾക്കു നമ്മുടെ സാധാരണ ജീവിതത്തിൽ ഉപയോഗിക്കുന്ന അർത്ഥം ആയിരിക്കുകയല്ല ഉള്ളതെന്ന് മനസ്സിലാക്കി ഋഷീശ്വരന്മാർ അതിനെ ഏതർത്ഥത്തിൽ ആണ് ഉപയോഗിച്ചിരിക്കുന്നതെന്നു

മനസ്സിലാക്കാനും അതിലെ സത്യങ്ങൾ കണ്ടെത്താനും ശാസ്ത്രം ശ്രമിക്കേണ്ടതാണ്.

ശരീര പ്രവർത്തനങ്ങളെ പൂർണ്ണമായും അറിയുന്ന പ്രപഞ്ച ശക്തിയുടെ - ദൈവത്തിന്റെ - അറിവിനാൽ സൃഷ്ടിക്കപ്പെട്ടിരിക്കുന്നതിനാലും, ശരീരത്തെ പറ്റിയുള്ള സമഗ്രമായ അറിവ് ഉപയോഗിച്ചിരിക്കുന്നതിനാലും, ആയുർവേദ മരുന്നുകൾക്ക് അനാരോഗ്യകരമായ പാർശ്വഫലങ്ങൾ ഉണ്ടാവുകയില്ല. പാർശ്വഫലങ്ങൾ ഇല്ല എന്ന് മാത്രമല്ല രോഗങ്ങളെ സുഖപ്പെടുത്തുന്നതിനു പുറമേ ശരീരത്തിന് മറ്റു പല ആരോഗ്യഗുണങ്ങളും പ്രദാനം ചെയ്യാനുള്ള കഴിവും ആയുർവേദ മരുന്നുകൾക്ക് ഉണ്ട് എന്നുള്ളത് ആയുർവേദ മരുന്നുകളുടെ മറ്റൊരു പ്രത്യേകതയാണ്.

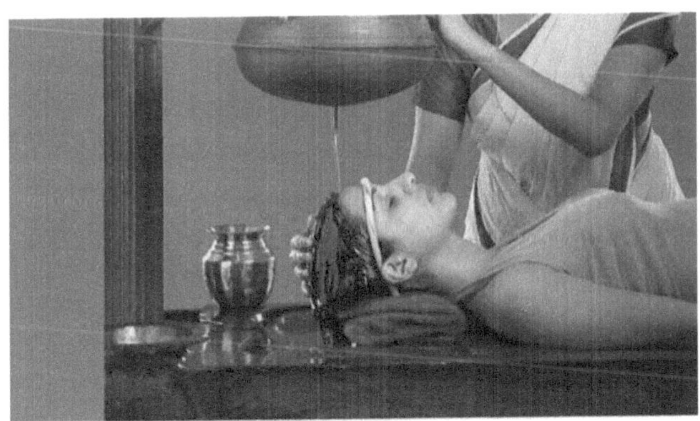

15. സംക്ഷിപ്തം

പരിണാമ സിദ്ധാന്തത്തിൽ ജീവികൾ തമ്മിലുള്ള പരസ്പര സാദൃശ്യത്തെ മാത്രമാണ് പരിണാമത്തിന് തെളിവായി കൊടുത്തിട്ടുള്ളത്. ഒന്നിനു മറ്റൊന്നുമായുള്ള സാദൃശ്യം പ്രകൃതിയിൽ എവിടെയും കാണാം. ഒരു ജീവിക്ക് മറ്റൊരു ജീവിയുമായുള്ള സാദൃശ്യം പരിണാമവാദത്തിന് തെളിവല്ല. കോടിക്കണക്കിന് കൊല്ലങ്ങളിലൂടെ ചെറിയ മാറ്റങ്ങൾ വലിയ മാറ്റങ്ങൾ ആകുമെന്നും അങ്ങനെ കൂടുതൽ പുരോഗതി പ്രാപിച്ച ജീവികൾ ഉണ്ടാകുമെന്നും പറയുന്നത് ഒറ്റനോട്ടത്തിൽ ശരിയെന്ന് തോന്നുന്ന ഒരു ആശയം എന്നതിൽ കവിഞ്ഞ് യാതൊരു അർത്ഥവും ഇല്ലാത്തതും 100% തെറ്റുമാണ്.

ഏറ്റവും ചെറിയ മാറ്റങ്ങൾ പോലും അത് കോടിയിൽ ഒരു അംശമായാൽ പോലും അത് ക്രമീകൃതമായ മാറ്റം ആയാലേ അർദ്ധവത്തായ മാറ്റങ്ങൾ ഉണ്ടാവുകയുള്ളൂ. ക്രമീകൃതമായ മാറ്റങ്ങൾ, അത് എത്ര ചെറിയ മാറ്റം ആയാൽ പോലും, തനിയെ ഉണ്ടാവുകയില്ലെന്നതും തനിയെ ഉണ്ടാകുന്ന മാറ്റങ്ങൾ അനിയന്ത്രിത മാറ്റങ്ങൾ ആയിരിക്കും എന്നതും അനിയന്ത്രിത മാറ്റങ്ങൾ മൂലം ഒരു ഡിസൈൻ (അതെത്ര simple ആയിരുന്നാൽ പോലും) ഉണ്ടായിത്തീരുകയില്ലെന്നതും പ്രകൃതി നിയമമാണ്.

അതുകൊണ്ട് പരിണാമവാദം പ്രകൃതി നിയമങ്ങൾക്ക് എതിരായിട്ട് ഉള്ളതും ഒരിക്കലും സംഭവിക്കില്ലാത്തതും ആണ്.

- പരമാണുക്കളുൾപ്പെടെ ഈ പ്രപഞ്ചത്തിൽ ഉള്ളതെല്ലാം ഓരോ ഡിസൈനാണ്.

- ഒരു ഡിസൈൻ തനിയെ ഉണ്ടായിത്തീരുകയില്ല.

- ഒരു ബുദ്ധി ശക്തി പ്രവർത്തിച്ചാൽ മാത്രമേ ഒരു ഡിസൈൻ ഉണ്ടായിത്തീരുകയുള്ളു

- അത്യന്തികമായി നോക്കിയാൽ, ഈ പ്രപഞ്ചത്തിൽ ഉള്ള ജീവനുള്ളതും ജീവനില്ലാത്തതും ആയ എല്ലാം ജീവനില്ലാത്ത atoms ഉം molecules ഉം ഉപയോഗിച്ച് ഡിസൈൻ ചെയ്യപ്പെട്ടവയാണ്. ഡിസൈനിലുള്ള വ്യത്യാസം അനുസരിച്ചാണ് ജീവനുള്ളതും ഇല്ലാത്തതും ഒക്കെ ഉണ്ടായിത്തീരുന്നത്.

- ഈ പ്രപഞ്ചത്തിൽ ഉള്ളതെല്ലാം ഓരോ ഡിസൈൻ ആയതിനാലും ഒരു ഡിസൈൻ തനിയെ ഉണ്ടായിത്തീരുക സാധ്യമല്ലാത്തതിനാലും ജീവനുള്ളതും ജീവനില്ലാത്തതും അടക്കം ഈ പ്രപഞ്ചത്തിൽ ഉള്ളതെല്ലാം ദൈവത്താൽ സൃഷ്ടിക്കപ്പെട്ടതാണ്.

- ഈ പ്രപഞ്ചത്തെ മുഴുവനും സൃഷ്ടിച്ച, പ്രപഞ്ചം മുഴുവനും നിറഞ്ഞു നിൽക്കുന്ന, ഒരു മഹാ ശക്തി ഈ പ്രപഞ്ചത്തിൽ നില നിൽക്കുന്നുണ്ട്. ആ മഹാ ശക്തിയെ ആണ് നമ്മൾ ദൈവം എന്നു വിളിക്കുന്നത്. പ്രകൃതിയും ജീവികളും പ്രപഞ്ച നിയമങ്ങളും അടക്കം ഈ പ്രപഞ്ചത്തിൽ ഉള്ളതെല്ലാം ആ മഹാ ശക്തിയുടെ - ദൈവത്തിന്റെ - ഭാഗമാണ്. അതായത്, ഒറ്റവാക്യത്തിൽ പറഞ്ഞാൽ, ഈ പ്രപഞ്ചം തന്നെയാണ് ദൈവം.